விடுதலைக் களத்தில்

வீரமகளிர்

உமா மோகன்

HER Stories

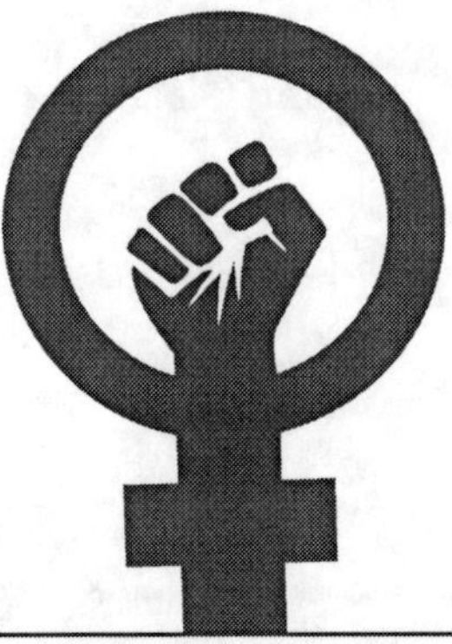

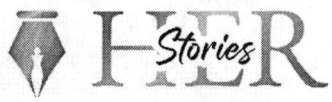

விடுதலைக் களத்தில்
வீரமகளிர்

II

உமா மோகன்

Viduthalaik kalathil Veera Magalir

Part II

© Uma Mohan

ஹெர் ஸ்டோரிஸ் ஆசிரியர்கள்

நிவேதிதா லூயிஸ், சஹானா & வள்ளிதாசன்

வெளியீடு

ஹெர் ஸ்டோரிஸ்

15, மகாலக்ஷ்மி அபார்ட்மெண்ட்ஸ், 1, ராக்கியப்பா தெரு, சென்னை-600004

+91 7550098666 strong@herstories.xyz www.herstories.xyz

அட்டை வடிவமைப்பு

ராஜா

நூல் வடிவமைப்பு

UK Designs உதயா

உருவாக்கம்

கலைடாஸ்கோப், சென்னை +91 9840969757

HS books # 0014 | Her Stories # 0001

முதல் பதிப்பு

2022 டிசம்பர்

₹ 200

ஆளுமைப் பெண்களின் அற்புத வரலாறு

கலைச்செல்வி
எழுத்தாளர்

பொதுவாக வரலாறுகளை மனமொன்றி வாசிக்கும்போது ‘அந்தக் காலத்தில் நான் இருந்திருந்தால்...’ என்கிற சிறுபிள்ளைத்தனமான எண்ணம் தோன்றாமலிருக்காது. அதிலும் சுதந்திரப் போராட்ட வரலாற்றை வாசிக்கும்போது தேசிய உணர்வோடு கூடிய சிலிர்ப்புடன், ‘நான் அப்போதெல்லாம் இருந்திருந்தால், உப்பு சத்தியாகிரகத்தில் பங்கேற்றிருப்பேன்... சத்தியாகிரகம் செய்திருப்பேன்... ஒத்துழையாமை இயக்கத்தில் ஈடுபட்டு சிறை சென்றிருப்பேன்’ என்றெல்லாம் மனம் எண்ணிக் கொள்ளும். ஆனால், போராட்டத்துக்குத் தேவையான சூழல் எங்குதான், எப்போதுதான் இல்லாமல் இருந்திருக்கிறது? நாம்தான் அதனை முன்னெடுக்கத் தவறுகிறோம் என்கிற புரிதல் அனுபவத்தில்தானே வாய்க்கிறது.

காந்தி தென்னாப்பிரிக்காவுக்குச் சென்றதுகூட தனது சொந்த வருவாயைத் தேடிதான். ஆனால், அங்கிருந்த சூழல் அவரை அப்படியே இருக்க விடவில்லை. அவர் அங்கு செல்வதற்கு முன்பும் அதே சூழல்தான் அங்கிருந்தது. அவருக்குத்தான் அதை எதிர்க்க வேண்டும், போராட வேண்டும் என்றெல்லாம் தோன்றுகிறது. அவர் சத்தியாகிரக வழிமுறைகளைப் பின்பற்றி தென்னாப்பிரிக்கவாழ் இந்தியர்களின் உரிமைகளை மீட்டெடுக்கிறார். நிலைமை ஓரளவு கட்டுக்குள்ளானதும் அங்கிருந்து 1915–ம் ஆண்டில் இந்தியா திரும்புகிறார். இந்தியாவிலும் அதே நிலைமைதான். அதே தலைமைதான். முதன்முதலாக அவரை நாடறியச் செய்தது சம்பாரண் போராட்டமே. தான் தென்னாப்பிரிக்காவில் சாதித்துக் காட்டிய சத்தியாகிரக வழிமுறையை பீகாரிலிருக்கும் சம்பாரண் ஜில்லாவில் அவுரி விவசாயிகளுக்கு ஆதரவான போராட்டத்தில் செயல்படுத்தி, அதில் வெற்றியும் காண்கிறார். அவருடைய போராட்டங்கள் தொடர்கின்றன.

பணம், அதிகாரம் ஆகிய காரணிகள் சத்தியம், உண்மை என்பனவற்றையெல்லாம் உண்டு செரித்துக் கொண்டிருந்தபோது, அவர் விடுதலைப் போராட்டத்தின் அடித்தளத்தையே மாற்றியமைக்க விழைகிறார். அகிம்சை வழியிலான அவரது சத்தியாகிரகப் போராட்டத்தை நாடே புதுமையாக நோக்கியது. மெல்ல மெல்ல அந்த அணுகுமுறைக்கு ஆதரவு பெருகியது. அதே நேரம் மதம் தொடர்பான அவரது கொள்கைகள் சனாதன தர்மத்துக்கு எதிரானவை என்று அவருக்கு பெரும் எதிர்ப்பும் இருந்தது. அவரோ பிரபஞ்சம் அனைத்திலும் நிறைந்து நிற்பதான சத்திய சொருபத்தை நேருக்கு நேராகவே தரிசிக்க ஆசை கொண்டிருந்தார். சத்தியத்திடம் அவர் கொண்டிருந்த பக்தியே அவரை அரசியலுக்கும் அழைத்து வந்திருந்தது.

சத்தியாகிரகத்தின் ஆற்றல் என்பது அதன் உண்மைத்தன்மையின் காரணமாக அனைத்துத் தரப்பினரையும் ஈர்த்து விடும். மூலைகளிலும் இடுக்குகளிலும் வெளிச்சம் காணாத சமையலறைகளிலும் ஆணாதிக்க சமுதாயத்தால் நிர்ப்பந்திக்கப்பட்ட, தங்கள் வாழ்வை விமர்சனங்களின்றி கழித்துக் கொண்டிருந்த பெண் சமுதாயத்தினரையும் காந்தி என்ற அந்த காந்த சக்தி ஈர்த்திருந்தது. அவர் தலைமையை நோக்கி மக்களை வரவழைப்பவர் அல்லர்; மக்களை நோக்கிச் செல்பவர். அவரைக் காண்பதையே பெரும் பாக்கியமாகக் கருதுகிறது மக்கள் திரள். அதில் பெண்கள் கூட்டம் அதிகரிக்கத் தொடங்கியது. பெண்களுக்கு அவர் சொல்லே வேதத்தின் வாக்கு. அகிம்சை மலையளவுக்கும் பழமையானது என்ற கருத்தாக்கத்தோடும் சத்தியமே கடவுள் என்ற மனவுணர்வோடும் மோகன்தாஸ் காந்தி முன்னகர்த்திய இந்திய சுதந்திரப் போராட்டக் களத்தில் பெண்கள் குவியத் தொடங்கினர். செல்வந்தர் வீட்டுப் பெண்கள் பட்டாடைகளைத் துறந்தனர். அரிசன மேம்பாட்டுக்கென தாங்கள் அணிந்திருந்த நகைகளை உருவி அவரிடம் அப்படியே நீட்டினர். அனைத்து மகளிரும் கதர் உடுத்திக் கொண்டனர்; நூல் நூற்றனர். அவரைக் காணாமலே எளிய வாழ்க்கைக்கு மாறியவர்கள் பலர். அவரைத் தேடி அவரது ஆசிரமங்களுக்கு சென்றவர்கள் பலர். கணவன், வீடு, குழந்தைகள், குடும்ப வேலைகள், பெரியோர் பராமரிப்பு என அவர்களைக் கட்டிக் கிடந்த பராம்பரிய கயிறுகள் சிறைகளில் தெறித்து விழுந்தன. கஸ்தூர் கூட தன் சின்னஞ்சிறிய மகன்களை விட்டுவிட்டு தென்னாப்பிரிக்கச் சிறைக்குச் சென்றவர்தான். காவலர், சிறை, வழக்கு, வக்கீல், நிதிமன்றம் என்ற வார்த்தைகள் காந்திக் காலத்தில் பெருமைக்குரியவையாக மாறின.

கவிஞர் உமா மோகன் அவர்கள் சுதந்திரப் போராட்டக் களத்தில் வீராங்கனைகளாக நின்ற பெண்களில் ஐம்பது பேரை பற்றிய தொகுப்பை இந்நூலில் வழங்கியிருக்கிறார். செல்வந்தர் வீட்டுப் பெண்கள் முதல் மிக எளிய பெண்கள் வரை இந்த ஐம்பதில் அடங்கியுள்ளனர். அவர்களின் செயற்கரிய செயல்கள் நிச்சயம் பிரமிப்பூட்டுபவை. நெருக்கியடிக்கும் சமுதாயக் கட்டுப்பாடுகளை மீறி எத்தனையெத்தனை சாதனைகள் அவை? நம் சமுதாய அமைப்பில் தன் மீது ஒட்டிக் கொண்டிருக்கும் குடும்பத்தை ஆணால் எளிதில் உதறிவிட முடியும். தேவைப்படும்போது ஒட்டிக் கொள்ளவும் முடியும். ஆனால்,

பெண்களைப் பொறுத்தவரை குடும்பம் அவர்களுக்குள் உறைந்திருக்கிறது. அவ்வகையில், அவரவர் குடும்பங்களும் அப்பெண்களுக்கிணையான பாடுகளை அனுபவித்திருக்கலாம். ஆனால், உள்ளெழுச்சியில் விளையும் யாதொரு செயலுக்கும் தடையென்று எது இருக்க முடியும்?

இதில் குறிப்பிடப்பட்டிருக்கும் பெண்களில் சிலருக்கு விடுதலைக்குப் பிறகான இந்தியாவில் தங்கள் வாழ்நாளுக்குள் விருது, பதவிகள் கிடைக்கின்றன. சிலருக்கு நினைவு தபால்தலைகள் வெளியிடப்படுகின்றன. இப்படியாக அவர்களின் தியாகத்துக்கு ஏதோ ஒரு வகையில் அங்கீகாரம் பெற்று விடுவது ஆறுதலளிக்கிறது. ஆனால், சிலர் அங்கீகாரம் பெறாமலும் இறந்திருக்கின்றனர். எத்தனையெத்தனையோ விடுதலைப் போராட்ட தியாகிகளின் வரலாறுகள் – குறிப்பாக பெண் தியாகிகளின் வரலாறுகள் எழுதப்படாமலேயே போயிருக்கின்றன. எழுதப்பட்டவையும் படிப்போரோ கேட்பாரோ தேவைப்படுவோரோ இன்றி முடங்கிக் கிடக்கின்றன. இவர்களைப் போன்று அச்சிலேறும் வாய்ப்புகூட வாய்க்கப் பெறாமல் வாழ்வைத் தியாகம் செய்த நிறையப் பெண்களையும் நாம் கேள்விப்படுகிறோம். அவர்களை முடிந்த வரை ஆவணப்படுத்தும் பெரு முயற்சியில் இறங்கியிருக்கிறார் கவிஞர் உமா மோகன். இதற்கு முந்தைய தொகுப்பில் முதல் ஐம்பது பெண்களின் தியாக வரலாற்றைத் தொகுத்திருக்கிறார். இது அவரின் இரண்டாவது முயற்சி. இதுபோன்ற தகவல்கள் பெரிதும் காணக் கிடைக்காத இக்காலகட்டத்தில் பெருமுயற்சிக்கிடையே அவற்றைத் திரட்டி, திரள்வாக்கி நமக்களிக்கும் அவரது சீரிய முயற்சி வெற்றி பெற மனமார்ந்த வாழ்த்துகள்!

நம்மை உருக்கி நெய்யாக வார்க்கச் சொல்லும் தீபம்!

ஆரம்பித்தபோதே ஓரளவு தெரியும் இது வழக்கமான அலுவலகப் பணி போல அல்ல என்று. என்னுடைய வேலைகளில் பிரதானமாக மாறியது போக, இரவு பகலாக ஆட்டிப் படைக்கும் சூட்சுமக் கயிறாக நிலைகொண்டு விட்டது. என்னை அழைத்துப் பணி செய்ய வைத்த முன் தலைமுறைக் குலதெய்வங்களாகவே இந்த வீராங்கனையர் மாறிவிட்டனர்.

தொடர்ந்து, விடுதலைப் போரில் கலந்துகொண்டவர்கள் பற்றிய நூல்களையும் ஆய்வுக் கட்டுரைகளையும் பதிவுகளையும் வாசிக்கும்போது ஆயிரக்கணக்கான பெண்கள் களத்தில் இறங்கியபோதும், நூற்றுக்கணக்கானவர்கள் தலைமை வகித்து நடத்திய போதும், வெகு சிலர் பற்றி மட்டுமே ஓரளவு சொல்லப்பட்டிருப்பதை அறிய முடிந்தது. முக்கியமான அளவுகோலாக, அவர்கள் ஏதாவது ஒருவகையில் விடுதலைப் போரில் தொடர்புகொண்ட செய்தி இருப்பின் மட்டுமே அவர்களைக் குறித்துக் கொண்டேன். எனவேதான், அக்காலத்தில் சீர்திருத்தம் செய்த அல்லது வேறு சாதனைகளை நிகழ்த்திய மகளிர் இப்பட்டியலில் இடம் பெறவில்லை. இந்த வரிசையில் இன்னும் மூன்று பகுதிகள் தொடர உள்ளன.

திரு. கண்ணையன் தட்சிணாமூர்த்தி நிலையத் தலைவராக இருந்தபோது தொடங்கிய இப்பணி, திரு. ஆர். ஸ்ரீநிவாசன் பொறுப்புக்கு வந்தபின் தினம் ஒன்றாகப் பண்பலையில் ஒலிபரப்புவது என மாற்றம் பெற்றது.

குறைந்தது இருநூறு பேரைத் தொகுக்க வேண்டும் என்ற அளவில் திட்டமிருந்தாலும் தினமும் என்ற திட்டத்தால் வேலை சூடு பிடித்தது. இவர்கள் இருவருக்கும் என்றும் நன்றியுடையேன்.

நூலாக்கத்தின் இடர்ப்பாடுகளைக் கடக்க எப்போதும்போல் தோன்றாத்துணை தோழர் ராம்கோபால், தொகுப்பு குறித்து பாராட்டி முன்னுரையும் தந்த எழுத்தாளர் கலைச்செல்வி, இப்பணியின் அருமையை உணர்த்திய வண்ணம் இருக்கும் தோழர் ச. தமிழ்ச்செல்வன், கவிஞர் இரா. மீனாட்சி, முனைவர் சேதுபதி, முனைவர் பா.ரவிக்குமார் உள்ளிட்டோருக்கு வணக்கம்.

எனக்கு உற்சாகமூட்டி இந்நூல் வரிசையை எடுத்துவரும் தோழர்கள் வள்ளிதாசன், நிவேதிதா லூயிஸ் இருவருக்கும் அன்பு.

பணி தொடர சக்தியாகட்டும் உங்கள் வாழ்த்துகள்.

அன்புடன்
உமா மோகன்

நன்றி

சுதந்திரச்சுடர்கள் - ஸ்டாலின் குணசேகரன்
Feminism in india
amrithmahotsav.nic
inuth
உள்ளிட்ட இணையதளங்கள்

உள்ளே...

1. மாலதி செளத்ரி 10
2. பூர்ணிமா பானர்ஜி 14
3. தாட்சாயணி வேலாயுதன் 16
4. லீலா ராய் 18
5. ராமேசுவரி நேரு 21
6. நாகம்மையார் 24
7. மேடம் பிகாஜி காமா 27
8. விஜயலஷ்மி பண்டிட் 31
9. வசந்தி தேவி சித்தரஞ்சன் தாஸ் 34
10. மாதங்கினி ஹஜ்ரா 37
11. ஜானகிதேவி பஜாஜ் 40
12. மூல்மதி 43
13. கே.பி.சுந்தராம்பாள் 45
14. பிரபாவதி தேவி ஜெயப்பிரகாஷ் நாராயண் 48
15. உமாபாய் குந்தப்பூர் 51
16. உதா தேவி 55
17. கமலாதேவி சட்டோபாத்யாயா 57
18. பெல்லாரி சித்தம்மா 61
19. ராணி கைடின் லியு 64
20. அகல்யா ரங்கனேகர் 68
21. நீலாவதி இராமசுப்ரமணியன் 71
22. துர்காதேவி வோரா 74
23. எஸ்.என்.சுந்தராம்பாள் 76
24. சுனிதி செளத்ரி 78

25. எஸ்.ஆர். கண்ணம்மாள்	81
26. சாந்தி கோஷ்	84
27. ராஜ்குமாரி குப்தா	86
28. மஹாராணி ஜிந்த் கௌர்	88
29. நளினி பாலா தேவி	92
30. பிரிதிலதா வடேதர்	95
31. அபாடி பானோ பேகம்	99
32. அமலபிரபாதாஸ்	102
33. தாராராணி ஸ்ரீவாஸ்தவா	105
34. ராணி அப்பக்கா	107
35. சரளாதேவி சௌதுராணி	109
36. அகிலாண்டத்தம்மாள் வைத்யநாத ஐயர்	113
37. பொனகா கனகம்மா	115
38. ராதாபாய் சுப்பராயன்	119
39. மணிபென் படேல்	122
40. குலாப் கௌர்	125
41. வயலட் ஆல்வா	128
42. மஸுமா பேகம்	131
43. புஷ்பலதா தாஸ்	134
44. லான்ஸ் நாயக் கோவிந்தம்மாள்	137
45. பார்வதி கிரி	139
46. குந்தள குமாரி சபத்	142
47. பீனா தாஸ்	144
48. கல்பனா தத்தா	147
49. சந்திரபிரபா சைக்கானி	150
50. சுஹாசினி கங்குலி	153

மாலதி சௌத்ரி

ஒரு மாநிலத்தை வேராகக் கொண்டு வேறொரு பகுதியில் குடியேறி, இன்னொரு பகுதியில் வளர்ந்து, மற்றொரு மாநில வளர்ச்சியில் தன்னை அர்ப்பணித்துக்கொண்ட மங்கை இவர்!

தற்போது வங்கதேசமாக உள்ள பிக்ராம்பூரைப் பூர்வீகமாகக் கொண்ட கமரகாந்தா குடும்பத்தினர் பீஹாரில் குடியேறினர். இந்த வம்சத்தில் 1904 ஜூலை 26இல் பாரிஸ்டர் குமுத்நாத்சென் - ஸ்நேகலதா தம்பதியரின் இளைய மகளாகப் பிறந்தார் மாலதி. தாய்வழித் தாத்தா பிஹாரிலால் குப்தா ஐசிஎஸ் பரோடா திவான் ஆக இருந்தார். தாய்வழி உறவினர்களில் ஒருவர் முன்னாள் மேற்குவங்க தலைமைச் செயலர் ரணஜித் குப்தா ஐசிஎஸ். இன்னொருவர் புகழ்பெற்ற நாடாளுமன்றவாதியும் முன்னாள் உள்துறை அமைச்சருமான இந்திய கம்யூனிஸ்ட் கட்சியின் தோழர் இந்திரஜித்குப்தா.

மாலதியின் மூத்த சகோதரர்கள் பி.கே.சென்குப்தா வருமானவரித்துறை ஆணையராகவும் கே.பி.சென் அஞ்சல்துறைத் தலைவராகவும் திகழ்ந்தவர்கள். அன்னை ஸ்நேகலதா எழுத்தாளரும், குரு ரவீந்திரநாத் தாகூரின் கவிதைகளை மொழிபெயர்த்தவரும் கூட.

இரண்டரை வயதிலேயே தந்தையை இழந்த மாலதி, குடும்பத்தினரின் செல்லமாக வளர்ந்தார். தாகூரில் விஸ்வபாரதி பல்கலைக்கழக மாணவியான பின் மாலதியின் கொள்கை, நம்பிக்கை, பின்பற்றல் எல்லாவற்றிலும் மாற்றம்! இதன் காரணமாக அமைந்த சம்பவம் என்ன தெரியுமா? தாய் ஸ்நேகலதா ஆசிரியராகப் பணியாற்றிய பெத்தூன் கல்லூரியில் மெட்ரிக் தேர்வுக்குச் செல்லும் மாணவியாக இருந்தார் மாலதி. சிறந்த மாணவியான மாலதியைத் தேர்வு நேரத்தில் வீட்டில் காணவில்லை. 1921-ம் ஆண்டில் காந்திஜி விடுத்த ஒத்துழையாமை இயக்க அழைப்பு அந்தப் பிஞ்சு மனத்தில் சேர ஆங்கில நிறுவனத்தில் தேர்வு எழுத மறுத்துவிட்டார். சமாதானப்படுத்தி தாய் அழைத்து வந்து தேர்வு எழுதவைக்க, வெற்றி பெற்றபோதும் உயர்கல்வியை ஆங்கில நிர்வாக நிறுவனத்தில் பயில முடியாது என்ற மாலதியின் பிடிவாதமே வென்றது. மாலதியை விஸ்வபாரதியில் சேர்த்த தாகூர் ஸ்நேகலதாவை பெண்களுக்கான விடுதி மேற்பார்வையாளராகப் பணிபுரிய வேண்டினார்.

குருதேவரின் வழியில் மாணவியானார். கல்வி, வளர்ச்சி, கலை, பண்பாடு குறித்து தாகூர் கற்பித்ததைக் கைக்கொண்ட மாலதியின் இன்னொரு வழிகாட்டியானார் மகாத்மா. விடுதலைப் போராட்டத்தில் தன்னை ஒப்புக்கொடுக்க மாலதியின் மனம் விரும்பியது.

1921இல் 16 வயதுப் பெண்ணாக சாந்திநிகேதன் வந்த மாலதி, ஏறத்தாழ ஆறு ஆண்டுகள் தன் தோழியரோடு இயற்கையின் ஆட்சியில் பயின்றவை பல. அங்கிருந்த இரு ஆங்கில ஆசிரியர்கள் வழி வேளாண்மை, தோட்டக்கலை, பழங்குடியினர் நலம் குறித்து கவனம் பெற்றார். "மினுதி" என்று சக தோழியரிடம் தலைமைப் பண்போடு விளங்கினார், மாலதி. இசை, நடனத் திறமைகளோடு துடியான பெண்ணாக வலம்வந்த மாலதியின் வாழ்வில் ஒரு திருப்பமாக வந்தார் நபுகிருஷ்ண செளத்ரி. ஒரிஸ்ஸாவின் புகழ்பெற்ற குடும்ப வாரிசு. சபர்மதி ஆசிரமத்திலிருந்து

சாந்திநிகேதனுக்கு மகாத்மாவால் மாணவராக அனுப்பப்பட்டவர் செளத்ரி.

பின்னாளில் ஒரிஸ்ஸாவின் முதல்வரான நபுகிருஷ்ண செளத்ரி மாலதியின் வாழ்க்கை இணையராக, இருவரும் 1927இல் சாந்திநிகேதனிலிருந்து ஒரிஸ்ஸா திரும்பினார். அனதியா என்ற சிறு கிராமத்தில் குடியேறி கரும்பு பயிரிடும் விவசாயியாக வாழ்வைத் தொடங்கினார். சுற்றுப்புற கிராமவாசிகளின் வாழ்வில் ஈடுபாடு காட்டி உதவுவதும் முன்னேற்றுவதுமே முக்கிய நோக்கம்.

நபுகிருஷ்ண செளத்ரியின் சகோதரர் கோபபந்து செளத்ரி தனது ஐசிஎஸ் படிப்பினால் பெற்ற உயர்பதவியை நாட்டுப்பற்றினால் கைவிட்டு விடுதலைக்களத்தில் சேர்ந்தவர்.

அந்நியப் பொருள், துணிபுறக்கணிப்பு, தீண்டாமை ஒழிப்பு, பழங்குடியினர் நலம் என்று விடுதலைக் களத்தில் சமுதாய சீர்திருத்தத்தையும் இணைத்து இயங்கியது குடும்பம். போராட்டங்களில் ஈடுபடுவதும் செளத்ரி குடும்பமே சிறை செல்வதும் வாடிக்கையான ஒன்றாக மாறியது. உப்பு சத்தியாகிரகப் போராட்டம் தொடங்கி பலமுறை சிறைவாசமே பெற்றனர்.

மாலதியின் இரண்டு வயது மகள் உத்தாராவைப் பிரித்து சிறைக்கு அனுப்பவும் ஆட்சியாளர்கள் தயங்கவில்லை. சிறையிலும் கல்வி, விழிப்புணர்வு பணிகளைத் தொடங்கினார். கம்யூனிச, சோசலிச சித்தாந்த தாக்கங்களில் ஈடுபாடுகொண்ட ஊழியர் அமைப்பு இந்தியாவிலேயே முதன்முதலாக 1933இல் மாலதி, நபுகிருஷ்ணா முயற்சியால் உருவானது.

தனியுடைமை தவிர்ப்பதில் ஆர்வம்கொண்டிருந்த மாலதி தம்பதியர் நகைகளையும் மூதாதையர் வழிவந்த நிலத்தையும் அமைப்புக்கே தந்தனர். மாலதியின் நகை விற்ற பணம் சாரதி என்ற வாராந்தரியை வெளியிட முதலீடானது. உலகத் தொழிலாளர்களே ஒன்றுபடுங்கள் எனத் தன் முகப்பில் அழைத்தது அப்பத்திரிகை. 1933 மே முதல் தேதி மே தினமும் கட்டாக்கில் கொண்டாடப்பட்டது.

மாலதி விவசாயத் தொழிலாளர்களின் துயரங்களைக் களைய உறுதிகொண்டார். அவர்களது கோரிக்கைகளை முன்வைத்து 1938 செப்டம்பர் 1இல் ஜேனப்பூரில் கிட்டத்தட்ட 50000 விவசாயிகளைத் திரட்டி Dhenkanal ராஜாவின் அரண்மனையை முற்றுகையிட வைத்தது மாலதியின் திறனுக்கு எடுத்துக்காட்டானது.

மன்னர் தப்பியோடிய போதும் ஆங்கிலேயக் காவல்துறையின் அடக்குமுறை மேலோங்கியது. ஆயினும், வேளாண்குடியினர் தங்களுக்கான நியாயத்தை உரத்துக் கேட்க விரும்பினால் மாலதி துணைநிற்பார் என்பது உறுதியானது. இத்தகைய போராட்டங்களின் மூலம் ஜோன் ஆப் ஆர்க் எனவும் போற்றப்பட்டார்.

போராட்டம் மட்டுமின்றி, இத்தகைய மாகாணங்களில் ஒடுக்கப்பட்ட மக்களின், எதிர்க்குரலெழுப்புவோரின் குழந்தைகளின் கல்வி, நலவாழ்வு குறித்த அக்கறையில் கல்வி நிலையம் ஒன்றை உருவாக்கினார். தாங்கள் சார்ந்திருந்த காங்கிரஸ் கட்சி இத்தகைய உள்ளூர் மக்கள் போராட்டங்களை அங்கீகரிக்காவிடினும் கவலைப்படாது மாலதி தம்பதியர் இவற்றை நடத்தினர்.

அதிகாரத்தின்பால் நாட்டமில்லாதவர் மாலதி. அரசியல் சாசன நிர்ணய சபை உறுப்பினராக நியமிக்கப்பட்ட போதும், கணவர் மாநில அமைச்சர், முதல்வர் என்ற உயர்பதவிகளைப் பெற்றபோதும் அங்கிருந்து வெளியேறி காடு, மலைகளில் அலைந்து திரியும் பிற்பட்ட பழங்குடி மக்களின் உரிமைகளுக்காக இயங்குவதையே அவர் மனம் விரும்பியது. மூடநம்பிக்கைகளையோ மக்களின் வாழ்வைத் திசை திருப்புவதையோ தயங்காது எதிர்ப்பவராக இருந்தார். நியாயத்தின் பக்கம் நிற்பவராகவோ, துணிந்து உண்மையைச் சொல்பவராகவோ வாழமுடியும் என்பதை இந்திய அரசியலின் ஒவ்வொரு காலகட்டத்திலும் நிரூபித்தவர் மாலதி.

மானுட விடுதலையே வாழ்வின் நோக்கமாக இயங்கிய மாலதி சௌத்ரி பூதான இயக்கத்திலும் இணைந்து இயங்கினார். நெருக்கடிநிலை பிரகடனத்தை எதிர்த்து சிறைத் தண்டனை பெற்றார்.

குழந்தைகள் நலனுக்கான தேசிய விருது, உத்கல் சேவா சம்மான், தாகூர் எழுத்தறிவு விருது, மாநில மகளிர் ஆணையம், சமூக நல வாரியம் போன்ற அமைப்புகளின் பாராட்டுகள், 1997இல் பாராளுமன்ற பொன்விழா கூட்டுக் கூட்டத்தில் பாராட்டு, ஜமனாலால் பஜாஜ் விருது, விஸ்வபாரதி பல்கலைக்கழகத்தின் உயர் விருதான தேசிக்கோட்டம்மா விருது போன்றவற்றைப் பெற்ற மாலதி சௌத்ரி, 93வது வயதில் 1998 மார்ச் 15 அன்று காலமானார்.

உமா மோகன்

பூர்ணிமா பானர்ஜி

குடும்பத்தின் ஒவ்வோர் உறுப்பினரும் வரலாற்றின் அங்கமாகி மாறிய பின்னணியில் அவர்களுடைய ஆதரவாளர்களாக குடும்பப் பொறுப்பினைச் செவ்வனே நடத்திய பெண்கள் கோடானு கோடி பேர். விதிவிலக்காகி, தானும் வரலாற்றின் ஏடுகளில் குடிபுகுந்த பெண்களைப் பற்றி விடுதலைப் போராட்டம் நமக்கு நினைவூட்டுகிறது.

தற்போது வங்கதேசத்தில் உள்ள பரிசால் மாவட்டத்தைச் சேர்ந்த உபேந்திரநாத் கங்குலி ஐக்கிய மாகாணத்தில் குடியேறிருந்தார். அவருடைய மனைவி அம்பாலிகா தேவி, த்ரைலோக்யநாத் சன்யால் என்ற விற்பன்னரின் மகள்.

உபேந்திரநாத்தின் தம்பி திரேந்திரநாத் கங்குலி இந்தியாவில் ஆரம்ப கால திரைபப்ட இயக்குநர்களில் ஒருவர் இன்னொரு தம்பியான நாகேந்திரநாத், தாகூரின்

மகள் மிரா தேவியை மணந்தவர். ஒரு கல்லூரிப் பேராசிரியராகவும் இருந்தார்.

இவர்களின் இளைய மகளான பூர்ணிமா 1911-ம் ஆண்டில் பிறந்தார். இவரின் மூத்த சகோதரிதான் அருணா ஆசப் அலி.

காங்கிரஸ் சோஷலிஸ்ட் கட்சியிலும், பின் இந்திய தேசிய காங்கிரசிலும் உறுப்பினராக இருந்தார் பூர்ணிமா. அலகாபாத் நகர காங்கிரஸ் கமிட்டி செயலாளராகப் பணியாற்றியபோது கிராமவாசிகளிடையே விழிப்புணர்வையும் சுதந்திர உணர்வையும் ஊட்ட தீவிரமாகச் செயலாற்றினார்.

விவசாயிகளையும் தொழிலாளிகளையும் கூட்டி, கூட்டங்கள் போராட்டங்களை முன்னெடுத்தார் பூர்ணிமா. சுசேதா கிருபளானி, விஜயலட்சுமி பண்டிட், உமா நேரு ஆகியோருடன் இணைந்து செயல்பட்டார். உப்புசத்தியாகிரகம், தனிநபர் சத்தியாகிரகம், வெள்ளையனே வெளியேறு இயக்கங்களில் ஈடுபட்டு, போராடி, கைதாகி சிறைவாசமும் சென்றார் பூர்ணிமா.

1946-ம் ஆண்டில் உத்திரபிரதேச சட்டசபை உறுப்பினராகப் பணியாற்றியவர். 1946 முதல் 1950 வரை இந்திய அரசியல் சாசன நிர்ணய சபை உறுப்பினராகப் பணியாற்றியவர். 1950 ஜனவரி 24 அன்று 'ஜன கண மன' பாடல் அதிகாரபூர்வமாக தேசிய கீதமாக ஏற்கப்பட்டபோது அதைப் பாடிய குழுவிற்குத் தலைமை வகித்தவரும் பூர்ணிமாதான்.

மாணவர்களை அவர்கள் விருப்பத்திற்கு எதிராக மத வகுப்புகளுக்குக் கட்டாயப்படுத்தக் கூடாது; ராஜ்யசபா உறுப்பினராவதற்கான தகுதிகள், கல்வித் திட்டமிடலுக்காகத் தனித்த அடையாளம், வரிவிதிப்பு சீர்திருத்தங்கள், விசாரணைக் கைதிகளுக்கான உரிமைகள் போன்ற பல விஷயங்கள் குறித்து அரசியல் சாசன சபை விவாதங்களில் பங்கேற்று, கருத்துகளை முன்வைத்த சிந்தனையாளர். அயல்நாட்டு ஆதிக்கம் தவிர்க்க முக்கியமான துறைகளும் தொழில்களும் அரசு நிர்வாகத்தின் கீழ் மட்டுமே இருக்க வேண்டும் என்பதை ஆதரித்தவர்.

உயர்பதவி வகிப்பவர்களை, தவறு நேரும்போது பதவியிலிருந்து அகற்றுவதற்கான வழிமுறைகள் வகுக்கப்பட வேண்டும் என வலியுறுத்தியவர் பூர்ணிமா.

உமா மோகன்

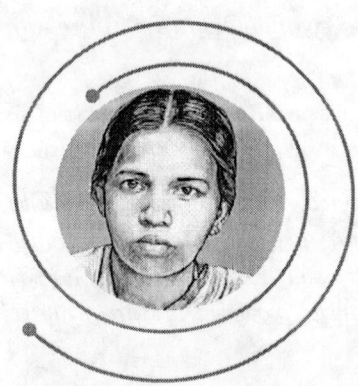

தாட்சாயணி வேலாயுதன்

பேதங்களால் தாழ்வுபடுத்தப்பட்ட சமூகத்திலிருந்து கிளம்பி, தன்னை, தன் விடுதலையை உலகுக்கு உயர்த்திய பெண்கள் சிலர் விடுதலைப் போராட்டக் காலத்தில் தடம் பதித்துள்ளனர்.

தாட்சாயணி வேலாயுதன் கேராளாவின் எர்ணாகுளம் மாவட்டத்தில் முளவுக்காடு கிராமத்தைச் சேர்ந்த கல்லச்சம்மூரி குஞ்சன் - தாயிதாரா மணியம்மா தம்பதியரின் மகளாக 1921 மே 4 அன்று பிறந்தார். கல்லச்சம்மூரி என்பது இல்லப்பெயர். எனவே இவர் க.கு. தாட்சாயணி எனக் குறிப்பிட்டார்.

தந்தை குஞ்சன் பள்ளி ஆசிரியராக இருந்தார்.தாழ்த்தப்பட்ட சமூகத்திலிருந்து முதல் பெண் பட்டதாரியாக உருவானார் தாட்சாயணி. ஆறு வயதில் பள்ளியில் சேர்க்கப்பட்டு 1935இல் பி.ஏ. பட்டத்தையும் 1938இல் ஆசிரியர் பயிற்சிப்பட்டத்தையும் சென்னைப் பல்கலைக்கழகத்தில் பெற்றார்.

கொச்சி அரசு இதற்கான நிதியுதவியை தாட்சாயணிக்கு அளித்தது.

கொச்சி நிர்வாகத்தில் அரசு ஆசிரியராக திருச்சூர், திருப்புணித்துரா போன்ற இடங்களில் 1945 வரை பணியாற்றி வந்தார். உயர்கல்வியும் அரசுப்பணியும்கூட சாதிக் கொடுமையிலிருந்து தப்ப உதவவில்லை என்பதை உணர்ந்தார்.

ஒடுக்கப்பட்ட மக்கள் அனுபவிக்கும் தீண்டாமைக் கொடுமையிலிருந்து அவர்களை விடுவிக்க, தான் ஏதாவது செய்தாக வேண்டும் என்ற லட்சியம் தாட்சாயணியை ஆட்டிப்படைத்தது. அரசியலில் நுழைவதும் நிர்வாகப் பொறுப்புகளை ஏற்பதுமே அதற்கான வழிகள் என்பதை உணர்ந்தார். கொச்சி நிர்வாகத்திடம் தனது வேட்கையை வெளிப்படுத்தினார். அதற்கான சூழலும் கனிந்திட, தனது ஆசிரியப் பணியை ராஜினாமா செய்தார்.

1945இல் கொச்சி நிர்வாகம், கொச்சி சட்டமன்ற உறுப்பினர் பதவிக்கு தாட்சாயணியை நியமனம் செய்தது. அதையடுத்து அரசியல் சாசன சபைக்கு, சட்டமன்றம் அவரைத் தேர்ந்தெடுத்து அனுப்பியது. இந்திய அரசியல் சாசன சபை உறுப்பினராகப் பொறுப்பேற்ற ஒரே தலித் பெண் தாட்சாயணிதான்!

கேரளத்தின் முக்கியமான தலித் தலைவராக விளங்கிய ஆர். வேலாயுதன் - தாட்சாயணி திருமணம் வார்தாவில் இருந்த சேவாகிராமில் காந்தியடிகள்-கஸ்தூரிபா தலைமையில் நடைபெற்றது. இத்தம்பதியருக்கு நான்கு மகன்களும் ஒரு மகளும் உண்டு.

சென்னையிலிருந்து வெளியான The Common Man என்ற ஆங்கில வாரப்பத்திரிகையின் ஆசிரியராக 1946 முதல் 1949 வரை பணியாற்றினார் தாட்சாயணி. 1946 முதல் 1952 வரை நாடாளுமன்ற உறுப்பினராகவும் இருந்தார். ஒருகட்டத்தில் அரசியல் மாறுபாடுகளால் கணவன், மனைவி இருவரும் நாடாளுமன்றத்தில் எதிரெதிர் முகாமில்கூட இயங்கியிருக்கிறார்கள்.

தாட்சாயணியின் மூத்த சகோதரர் கே.பி. வல்லோனும் கேரளத்தில் முக்கியமான தலித் தலைவராக விளங்கியவரே. 1978 ஜூலை 25இல் தாட்சாயணி காலமானார்.

கேரள அரசு 2019ஆம் ஆண்டு பெண்கள் மேம்பாட்டுக்காகப் பணியாற்றும் பெண்களைப் போற்ற தாட்சாயணி வேலாயுதன் பெயரில் விருதொன்றை அறிவித்துள்ளது குறிப்பிடத்தக்கது.

லீலா ராய்

கல்வியால் தன்னை உயர்த்திக் கொள்ளும் வாய்ப்பு இருபதாம் நூற்றாண்டு தொடக்கத்தில் குறைவான பெண்களுக்கே கிட்டியது. அதிலும் சிலர், தாம் பெற்ற கல்வியையும் விழிப்புணர்வும் சமுதாயத்துக்கே அர்ப்பணித்தனர்.

வங்கத்தின் சில்ஹெட் பகுதியில் 1900 அக்டோபர் 2 அன்று பிறந்தவர் லீலாராய் தந்தை கிரிஷ்சந்திரநாக், தாய் குஞ்சலதா நாக். தந்தை துணை நீதிபதியாக இருந்தார். லீலா கொல்கத்தா பெத்தூன் கல்லூரியில் தங்கப் பதக்கத்துடன் ஆங்கிலப் பட்டதாரியானார்.

டாக்கா பல்கலையில் எம்.ஏ, சேர விரும்பியபோது அனுமதி கிட்டவில்லை. ஆண்கள் மட்டுமே படித்த அப்பல்கலையில் போராடி சிறப்பு அனுமதி பெற்று முதல் பெண்ணாகப் படித்தார்.

விடுதலைக் களத்தில் வீரமகளிர்

பெண் கல்விக்காகத் தீவிரமாக உழைக்கத் தொடங்கினார் லீலா. டாக்காவின் இரண்டாவது பெண்கள் பள்ளியை நிறுவினார். தொழிற்பயிற்சி, தனித்திறன்கள், தற்காப்புக் கலைகளைக் கற்று பெண்கள் சுயமாக வாழ வலியுறுத்திய லீலா, பெண்களுக்கென்று பல பள்ளிகளையும் அமைப்புகளையும் நிறுவினார்.

1921இல் டாக்கா பல்கலைக்கழக மாணவியாக இருந்தபோதே, டாக்கா பெண்கள் குழுவை உருவாக்குவதில் முக்கியப் பங்கு வகித்த லீலா, அதன் மூலம் நிவாரணப் பொருட்களை வசூலித்து, அப்பணியில் ஈடுபட்டிருந்த நேதாஜி சுபாஷ்சந்திர போஸுக்கு உதவினார்.

பெண்களே, எழுதி நிர்வகித்து வெளியிட்ட "ஜெயஸ்ரீ" என்ற பத்திரிகையை 1931இல் தொடங்கினார். பத்திரிகைக்கு இப்பெயரைச் சூட்டியவர் ரவீந்திரநாத் தாகூர். 1923இல் தீபாலி சங்கா என்ற புரட்சிப் படையைத் தோற்றுவித்துப் பயிற்சியளித்து வந்தார். ஒத்துழையாமை இயக்கத்தில் கலந்துகொண்டு போராடியதற்காக லீலாவுக்கு ஆறு ஆண்டு சிறைத் தண்டனை விதிக்கப்பட்டது.

1938இல் நேதாஜி காங்கிரஸ் தலைவரான போது, காங்கிரஸின் தேசிய திட்டக் குழுவிற்கு லீலாவை நியமித்தார். 1939இல் அனில் சந்திரராயை மணந்தார். நேதாஜி காங்கிரஸிலிருந்து விலகி ஃபார்வர்ட் ப்ளாக் உருவானபோது லீலா தம்பதியரும் அதில் சேர்ந்தனர்.

1941இல் டாக்காவில் கலவரம் வெடித்தபோது, சரத்சந்திரபோஸுடன் இணைந்து நல்லிணக்கத்திற்கான அமைப்புகளை நிறுவி, பாடுபட்டார். 1942இல் வெள்ளையனே வெளியேறு போராட்டத்தின்போது, லீலா - ராய் தம்பதியர் கைது செய்து சிறையிலடைக்கப்பட்டனர். அவர் நடத்தி வந்த பத்திரிகையையும் மூட வேண்டிய சூழல் ஏற்பட்டது. 1946இல் விடுதலையாகி வந்தபின் அரசியல் சாசன நிர்ணயசபைக்கு லீலா தேர்ந்தெடுக்கப்பட்டார்.

தேசப் பிரிவினை கால வன்முறை நிகழ்ந்தபோது நவகாளியில் காந்தியடிகளைச் சந்தித்தார். காந்திஜி அங்கு வந்து சேரும் முன்னரே, லீலா ஆறே நாட்களில் பாதயாத்திரையாகவே 90 மைல்கள் சென்று மீட்பு முகாம் அமைத்து 400 பெண்களை மீட்டார்.

உமா மோகன்

பிரிவினைக்குப் பின் கிழக்கு வங்கத்திலிருந்து வந்த அகதிகளுக்கு உதவுவதற்காக கல்கத்தாவின் ஆதரவற்ற, கைவிடப்பட்ட பெண்களுக்கான இல்லங்களை நடத்தினார். 1946 இல் இருந்து 1947 வரை நவகாளியில் 17 மீட்பு முகாம்களை அமைத்து கலவரத்தால் பாதிக்கப்பட்டவர்களுக்கு உதவிவந்தார்.

1949இல் மேற்கு வங்கத்தில் மகளிருக்கான அமைப்பாக ஜாதிய மஹிளா சங்கதியை நிறுவி நடத்திவந்தார். பிறகாலத்தில் புதிய கட்சி ஒன்றின் தலைவியாக உருவான போதும் ஓரிரு ஆண்டுகளிலேயே அதிருப்தி கொண்டு அரசியலில் இருந்து விலகிவிட்டார். 1970 ஜூனில் நலக்குறைவினால் லீலாராய் காலமானார்.

2008 டிசம்பர் 22, லீலாராய்க்கு அஞ்சலி செலுத்தும் வகையில், நாடாளுமன்றத்தில் அவரது உருவப்படம் திறந்துவைக்கப்பட்டது.

ராமேசுவரி நேரு

உயர்வர்க்கப் பின்னணி இருந்தபோதும் சமூகம் குறித்த அக்கறை கொண்டு செயல்பட்ட பெண்மணிகள் விடுதலைப் போராட்டக் காலத்தில் உலகின் கவனம் ஈர்த்திருக்கிறார்கள்.

1886 டிசம்பர் 10, லாகூரில் பிறந்தவர் ராமேசுவரி நேரு. காஷ்மீரைப் பூர்வீகமாகக் கொண்டவராயினும் அவர் தந்தை திவான்பகதூர் ராஜா நரேந்திரநாத் பஞ்சாபின் முக்கிய அரசியல் புள்ளியாகத் திகழ்ந்தார்.

அக்கால வழக்கப்படி ராமேசுவரி பள்ளிக்கு அனுப்பப்படவில்லை. வீட்டிலேயே தொடக்கக் கல்வி கற்பிக்கப்பட்டது. 16 வயதில் திருமணம், மோதிலால் நேருவின் அண்ணன் நந்தலால் மகன் பிரிஜ்லால் நேருதான் மணமகன்.

மகன் ஜவஹரைப் போலவே, மோதிலால், அண்ணன் மகனையும்

உமா மோகன்

உயர்கல்வி கற்க இங்கிலாந்திற்கு அனுப்பினார். கணவரோடு ராமேசுவரியும் உடன் சென்றார். கல்வியை முடித்து இந்தியா திரும்பி விடுதலைப் போராட்டத்தில் ஈடுபடுத்திக் ொள்ள வேண்டும் என்று கணவரைத் தூண்டிக்கொண்டே இருக்குமளவு ராமேசுவரியின் நாட்டுப்பற்று வளர்ந்திருந்தது.

ஆனந்தபவனத்தின் மேற்கத்திய தாக்கமுள்ள நடைமுறைகள் ராமேசுவரியின் பெண்ணிய சிந்தனைகளை விரிவாக்கின. விடுதலைப் போராட்டம், பெண்கள் முன்னேற்றம், தாழ்த்தப்பட்டவர்களின் விடுதலை எனத் தன் வாழ்க்கைச் செயல்பாடுகளை வகுத்துக் கொண்டார். பர்தாமுறை, குழந்தைத் திருமணம், விதவை வாழ்வு, காப்பாளர்களாக ஆண்களே கருதப்பட்ட நிர்ப்பந்தங்கள், கல்வி போன்ற அடிப்படை உரிமை மறுப்பு இவற்றினால் துன்பப்படும் இந்தியப் பெண்கள் சட்டப்பூர்வ, சமுதாயப்பூர்வ விடுதலையை அடைய வேண்டும் என வலியுறுத்தினார்.

1909இல் இந்தி மொழியின் முதல் பெண்கள் பத்திரிகையான "ஸ்திரீ தர்ப்பன்" என்ற பத்திரிகையை அலாகாபாதில் தொடங்கினார். குடும்பப் பொறுப்புகளோடு பொதுவாழ்விலும் பெண்கள் ஈடுபட வேண்டும் என வலியுறுத்தி எழுதிவந்தார். அகில இந்தியப் பெண்கள் பேரவையோடு இணைந்தும் செயல்பட்டார். பெண்களுக்கான வாக்குரிமையைத் தொடர்ந்து ஆதரித்து வந்தார். இது குறித்த பொதுக்கருத்தை உருவாக்கியதில் ராமேசுவரியின் பங்கு குறிப்பிடத்தக்கது. மனைவி அல்லது சொத்து போன்றவை காரணமாக வாக்குரிமை தரப்படுவதைத் தீவிரமாக எதிர்த்து ஒவ்வொரு பெண்ணும் வாக்குரிமை பெற வேண்டும் என்பதை விடுதலைக்குப் பின்னரும் வலியுறுத்தினார். தேவதாசி முறை, விலைமாதர் முறை போன்றவற்றால் பாதிக்கப்பட்ட பெண்கள் மறுவாழ்வு குறித்தும் செயல்பட்டுவந்தார்.

தங்கள் உரிமைக்குப் போராடும் அதே வேளையில் தேச விடுதலைப் போராட்டத்தில் ஆண்களுக்குத் தோள் கொடுத்து பெண்களும் போராட வேண்டும் என்பதைத் தமது பயிற்சிகளில் வலியுறுத்தினார். குழந்தைத் திருமணத்திற்கு எதிராகத் தொடர்ந்து நாளிதழ்களிலும் பத்திரிகைகளிலும் எழுதிவந்தார். 1928இல் ஆங்கிலேய அரசு பெண்களுக்கு உரிய திருமண வயதை நிர்ணயிப்பதற்காக உருவாக்கிய குழுவில் இடம்பெற்ற ஒரே

இந்தியப் பெண் ராமேசுவரிதான். குழந்தைப் பருவத்தில் திருமணமாகும் பெண் குழந்தைகளின் துயரங்கள் பற்றி ராமேசுவரி சமர்ப்பித்த நீண்ட அறிக்கையே பின்னாளில் இதற்கான சட்டம் உருவாக அடிப்படையாக இருந்தது.

1930களில் இந்திய மகளிரின் பிரதிநிதியாக இங்கிலாந்து சென்று பல்வேறு கூட்டங்களில் பங்குபெற்றார். காமன்வெல்த் மகளிர் நலக்குழுத் தலைவராகத் தேர்ந்தெடுக்கப்பட்டு பல்வேறு நாடுகளுக்கும் சென்று இந்தியாவின், இந்தியப் பெண்களின் நிலை குறித்து எடுத்துரைத்தார். தீண்டாமை ஒழிப்பு, ஆலயப்பிரவேசம் போன்ற காந்தியக் குறிக்கோளுடன் நாடு முழுவதும் பயணித்து, போராட்டங்களிலும் கூட்டங்களிலும் பங்கேற்றார். பஞ்சாபில் வெள்ளையனே வெளியேறு போராட்டத்தில் ஈடுபட்டார். தடை செய்யப்பட்ட பிரசுர விநியோகம், ஊர்வலங்களை நடத்தியது போன்றவற்றிற்காக ஒன்பது மாத சிறைவாசம் விதிக்கப்பட்டார்.

தேச விடுதலை தருணத்தில் பிரிவினையினால் பாதிக்கப்பட்ட அகதிகளின் மறுவாழ்வு பெரும் சவாலாக இருந்தது. அகதி மறுவாழ்விற்கான மத்திய அமைச்சகத்தின் கௌரவ ஆலோசகராகப் பொறுப்பேற்று ராமேஸ்வரி நேரு குழந்தைகளுக்கும் பெண்களுக்கும் உதவிகள் கிட்ட வழி செய்தார். உலக அமைதிக்காகவும் அணுஆயுத ஒழிப்பிற்காகவும் பல நாடுகளுக்கும் சென்று பிரச்சாரம் செய்துவந்ததற்காக லெனின் அமைதிப் பரிசை சோவியத் ரஷ்யா 1961இல் வழங்கியது. 1955இல் இந்திய அரசு பத்மபூஷன் விருதினை வழங்கி, சிறப்பு செய்தது. 1966 நவம்பர் 7 ராமேசுவரி நேரு காலமானார்.

உமா மோகன்

நாகம்மையார்

வாழ்க்கைத் துணைவருக்குத் தோள் கொடுக்க முனைந்து தாமே போராட்ட அடையாளமாக மாறிவிட்ட பெண்களே நம் விடுதலைப் போராட்டக் களத்தின் சிறப்பு!

சேலம் மாவட்டம் தாதம்பட்டியில் 1885ஆம் ஆண்டு ரெங்கசாமி - பொன்னுத்தாயி தம்பதியரின் மகளாகப் பிறந்தார் நாகம்மா என்றழைக்கப்பட்ட நாகரத்தினம். பெரியாரின் தாய்வழி உறவு என்றபோதும் இவர்கள் திருமணத்திற்குப் பொருளாதாரம் தடையாகவே இருந்தது. ஈ.வே. ராமசாமி - நாகம்மை இருவரின் பிடிவாதம் இவர்கள் திருமணம் 1898இல் நடைபெறக் காரணமானது.

1919இல் பெரியார் காங்கிரசில் இணைந்து ஒத்துழையாமை இயக்கத்தில் தீவிரமாக ஈடுபட்டார். இப்போராட்டத்தில் ஈடுபட்டவர்கள்

விடுதலைக் களத்தில் வீரமகளிர்

பின்பற்றியது போலவே, பெருந்தன வணிகர் வீட்டு மருமகளான நாகம்மையும் ஆடம்பர ஆடை, அணிகலன்களை ஒதுக்கி எளிமையை ஏற்றுக்கொண்டார்.

1921இல் கள்ளுக்கடை அறிவிக்கப்பட பெரியார் தன் தோப்பில் இருந்த 500க்கும் மேற்பட்ட தென்னை மரங்களை வெட்டி வீழ்த்தி போராட்டத்தில் ஈடுபட்டார். ஆங்கிலேயே அரசு கைது செய்து அவரைச் சிறையில் தள்ளியது. நாகம்மையார், தன் கணவரின் தங்கை கண்ணம்மா உள்ளிட்டவரோடு சேர்ந்து பெண்களைத் திரட்டி கள்ளுக்கடை மறியலைத் தொடர்ந்தார். 144 தடை உத்தரவு போட்டதை மீறிப் போராட்டம் தொடர்ந்தது. கள்ளுக்கடை மறியலில் பெண்கள் ஈடுபட்டது இந்திய விடுதலைப் போராட்ட வரலாற்றில் அதுவே முதல் முறை.

மக்களின் எழுச்சி கலவரமாக அரசு சமரசத்திற்கு முன்வந்தது. அண்ணல் காந்தியடிகளிடம் மறியல் போராட்டத்தினைக் கைவிடுமாறு வேண்டினார்கள். காந்தியடிகளோ கள்ளுக்கடை மறியல் போராட்டத்தை நிறுத்துவது தன் கையில் இல்லை என்றும் ஈரோட்டிலுள்ள நாகம்மாள், கண்ணம்மா என்ற இரண்டு பெண்களைத்தான் கேட்டிட வேண்டும் என்றும் கூறினார்.

சாதிமத வேறுபாடுகளை, மூடப்பழக்கங்களை நீக்குவதைக் குறித்தும் மேடையேறி முழங்கவும் செய்தார் நாகம்மாள், பெண் கல்வி, கலப்பு மணம், விதவை மறுமணம், சுயமரியாதைத் திருமணம் போன்றவற்றின் அவசியத்தை எடுத்துரைத்தார். 1923இல் அனைத்திந்திய காங்கிரஸ் செயற்குழு உறுப்பினராகத் தேர்ந்தெடுக்கப்பட்டார் நாகம்மையார். அவ்வாறு தமிழ்நாட்டில் தேர்ந்தெடுக்கப்பட்ட முதல் பெண் இவரே!

திருவிதாங்கூர் மாகாணத்தில் ஆலய நுழைவுப் போராட்டம் பெரியாரால் முன்னெடுக்கப்பட்டது. வைக்கம் போராட்டத்தில் வெளிமாநிலத்தார் ஈடுபட வேண்டாம் என்று கட்சி அறிவுறுத்திய போதும் தனது பதவியை உதறி, வைக்கம் சென்று போராடி சிறை சென்றார் பெரியார். பெரியார் சிறைவைக்கப்பட்டதும் போராட்டம் என்னாகுமோ என்ற நிலையில் நாகம்மையார், கண்ணம்மாள் உள்ளிட்ட சில பெண்களுடன் இணைந்து பரவலாகப் பிரச்சாரம் செய்தார். அவர் தலைமையில் பெருந்திரள் கூடிப் போராட்டத்தைத் தொடர்ந்ததே வெற்றிக்கு வித்திட்டது.

1924இல் அனைத்து சாதியினரும் ஆலயப்பிரவேசம் செய்வதற்கான இந்தப் போராட்டத்தில் நாகம்மையார் கைது செய்யப்பட்டு சிறை சென்றார்.

பெரியாரின் சுற்றுப்பயண காலத்திலும், அவர் சிறைசென்ற பொழுதிலும் அவர் நடத்திவந்த "குடி அரசு" இதழுக்கு ஆசிரியப் பொறுப்பும் ஏற்று சிறப்புச் செய்தார் நாகம்மை. 1933ஆம் ஆண்டு நாகம்மையார் காலமானார். அவரது சமூகப் பணிகளின் நினைவாக ஆதரவற்ற பெண் குழந்தைகளுக்கான இல்லம் நாகம்மையார் இல்லம் என்ற பெயரில் தந்தை பெரியாரால் திருச்சியில் உருவாக்கப்பட்டது

விடுதலைக் களத்தில் வீரமகளிர்

மேடம் பிகாஜி காமா

இயல்பாக வாய்த்திருந்த சௌகரியமான வாழ்க்கையை அனுபவிக்க விடாது, தேசத்தின் அடிமைநிலையை எண்ணி எண்ணி அலைவுற்ற பெண்களும் நம் வரலாற்றில் இடம் வகிக்கின்றனர்.

1861 செப்டம்பர் 24இல் பம்பாயில், பாரம்பரியமும் செல்வவளமும் மிக்க பார்சி குடும்பத்தின் ஒன்பது குழந்தைகளில் ஒருவராகப் பிறந்தார் பிகாஜி காமா. தந்தை சௌராப்ஜி ஃப்ராம்ஜி படேல் வழக்கறிஞராகவும் பிரபல வணிகராகவும் இருந்தார். தாய் ஜெய் ஜி பாய் சௌராப்ஜி படேல்.

நகரின் முக்கிய குடும்பத்தின் பெண்கள் பயின்ற அலெக்ஸாந்த்ரா பெண்கள் ஆங்கில நிறுவனத்தில் பயின்றார். புத்திசாலித்தனமான, பல மொழிகளையும் ஆர்வத்துடன் கற்றார் மாணவி காமா.

உமா மோகன்

வளமான செல்வந்தர் குடும்ப வாரிசும், பிரிட்டிஷ் ஆதரவு வழக்கறிஞருமான ருஸ்தம் காமாவை 1885 ஆகஸ்ட் 3இல் மணந்தார். கொள்கை ரீதியாக இரு துருவங்களாக இருந்தனர் கணவனும் மனைவியும். 1896இல் பம்பாய் மாகாணத்தில் பஞ்சமும் அதைத் தொடர்ந்து பிளேக் தொற்றும் பரவியிருந்தது. குடும்பத்தின் கடும் எதிர்ப்பைப் பொருட்படுத்தாது காமா அம்மையார் நோயுற்றவர்களுக்குத் தொண்டு செய்யும் பணியில் தன்னை இணைத்துக்கொண்டார். அதன் தொடர்ச்சியாக அவரும் நோயால் பாதிக்கப்பட்டார்.

1902இல் சிகிச்சைக்காக இங்கிலாந்துக்கு அனுப்பப்பட்டார். சிகிச்சை முடிந்து 1904இல் இந்தியா திரும்ப ஏற்பாடு செய்து கொண்டிருந்தபோது ஷ்யாம்ஜி கிருஷ்ணவர்மாவுடன் பரிச்சயம் ஏற்பட்டது. வர்மா, அங்கிருந்த ஹைட் பார்க்கில் லண்டன்வாழ் இந்தியர்களிடையே ஆவேச உரைகள் நிகழ்த்திவந்தார். அவர் மூலமாக பிகாஜி, தாதாபாய் நௌரோஜியைச் சந்தித்தார். பின்னர் அவருக்குச் செயலாளராகவும் பணிபுரிந்தார். 1905இல் இந்திய சுயாட்சிக்காக இவர்கள் உருவாக்கிய குழுவை பிகாஜி வலுவாக ஆதரித்ததால் ஒரு சிக்கல் வந்தது. காமா அம்மையார் இந்தியா திரும்பினால் விடுதலைப் போராட்ட நடவடிக்கைகளில் ஈடுபட மாட்டேன் எனக் கையெழுத்திட வற்புறுத்தியது அரசு. அம்மையார் மறுத்தார்.

இங்கிலாந்திலிருந்து பாரிஸில் குடியேறினார். பாரிஸ் இந்திய அமைப்பை உருவாக்கி, புரட்சிகர கருத்துகளை எழுதி, பதிப்பித்து பிற நாடுகளில் விநியோகித்தும் வந்தனர். பிரெஞ்சு காலனிப் பகுதியாக இருந்த பாண்டிச்சேரி வழியாக இவர்கள் நடத்திய பத்திரிகைகள் இந்தியாவுக்குள்ளும் கடத்திவரப்பட்டன. 1907 ஆகஸ்ட் 22இல் ஜெர்மனியின் ஸ்டட்கார்டில் நடைபெற்ற இரண்டாவது சோஷலிஸ்ட் காங்கிரஸ் மாநாட்டில் காமா அம்மையார் பங்கேற்றார். பஞ்சமும் வறுமையும் தாக்கி இந்திய துணைக்கண்டம் படும் அல்லலையும் மனித உரிமைகள் பாதிக்கப்படும் காலனி ஆட்சி கொடுமைகளையும் விளக்கி சுயாட்சியின் அவசியத்தை எடுத்துரைத்தார்.

அந்தக் கூட்டத்தில் மேடம் பிகாஜி காமாதான் இந்தியாவின் கொடி என்ற ஒன்றை அந்த அந்நிய மண்ணில் அறிமுகப்படுத்தினார்.

விடுதலைக் களத்தில் வீரமகளிர்

ஷ்யாம்ஜி கிருஷ்ணா வர்மாவும் காமாவும் சேர்ந்து வடிவமைத்த அந்தக் கொடி, கல்கத்தா கொடி என்று குறிப்பிடப்படும் கொடியில் இருந்து சற்றே மாறுபட்டு உருவாக்கப்பட்டது.

விடுதலைக்கு முன்பான காலக்கட்டத்தில் எட்டு மாகாணங்களைக் குறிக்கும் எட்டுத் தாமரை மலர்களைக் கொண்ட பச்சை நிறம் கொடியின் மேலே இருந்தது. நடுவில் இருந்த காவி வண்ணத்தில் ஹிந்தியில் வந்தேமாதரம் அச்சிடப்பட்டு இருந்தது. கீழே இருந்த சிவப்பு நிறத்தில் சந்திரபிறையும் உதயசூரியனும் இந்து, முஸ்லிம் நம்பிக்கைகளின் அடிப்படையில் வடிவமைக்கப்பட்டிருந்தன. இதன் அடிப்படையில் பல்வேறு மாற்றங்களுக்குப் பிறகு உருவானதே தற்போதைய நம் தேசியக் கொடி!

மேடம் காமா ஜெர்மனியில் உருவாக்கியிருந்த அந்தக் கொடி பின்னாளில் சோசலிஸ்ட் தலைவர் இந்துலால் யக்னிக் என்பவரால் நம் நாட்டுக்குள் கடத்தி எடுத்து வரப்பட்டது. தற்போது பூனாவில் உள்ள மராத்தா கேசரி காட்சியகத்தில் வைக்கப்பட்டுள்ளது.

ஜெர்மனியிலிருந்து அமெரிக்கா சென்று இந்திய சுதந்திரப் போராட்டம் குறித்து, கூட்டங்களில் பேசினார் பிகாஜி காமா. பின்னர் எகிப்து சென்றார். இந்த உரைவீச்சுகளில் மகளிர் சமநிலை, முன்னேற்றம் குறித்து தீவிரமாக வலியுறுத்துவது அவர் வழக்கம்.

1910 எகிப்தின் கெய்ரோவில் தேசிய மாநாட்டு உரையில் காமாவின் அதிரடிக் கேள்விகள் இப்படித்தான் இருந்தன- எகிப்தின் மறுபாதி எங்கே? ஆண்கள் மட்டுமே இங்கு பிரதிநிதிகளாக இருப்பதைக் காண்கிறேன். தாய்மார்களும் சகோதரிகளும் எங்கே? தொட்டிலை ஆட்டும் கரங்களை, குடிமகன்களை உருவாக்கும் கரங்களை நீங்கள் மறக்கலாமா?

1914 முதல் உலகப் போர் ஆரம்பமானபோது, காமா இங்கிலாந்திற்கு எதிரான நிலையை எடுத்தார். *Marseilles*இல் இந்தியப் படைகள் முகாமிற்குச் சென்று, உங்கள் தாய்நாட்டை விலங்கிட்டு வைத்திருப்பவர்களுக்காகவா போரிடப் போகிறீர்கள் என்று கேள்வியை வீசினார்.

பிரான்ஸும் இங்கிலாந்தும் போரில் ஓரணி நேச நாடுகள். எனவே மேடம் காமாவிற்குப் பாரிசுக்கு வெளியில் செல்ல வேண்டுமென்றும் வாரம் ஒருமுறை காவல் நிலையம் சென்று

கையெழுத்திட வேண்டும் என்றும் உத்தரவிடப்பட்டது. இதனாலெல்லாம் அஞ்சாத காமா, இந்திய, ஐரிஷ், எகிப்து புரட்சியாளர்கள், பிரான்ஸின் சோஷலிஸ்டுகள், ரஷ்யத் தலைவர்களோடு தொடர்ந்து தொடர்பில் இயங்கினார்.

1935 வரை ஐரோப்பாவில் நாடு கடத்தப்பட்டு தங்கியிருந்த காமா, பக்கவாதம் தாக்கி துன்புற்றபோது நாடு திரும்ப அனுமதிக்குமாறு ஆங்கிலேய அரசிடம் விண்ணப்பித்தார். மேற்கொண்டு போராட்டத்தில் ஈடுபடும் நிலையில் அவர் உடல்நிலை இல்லை என்பதை அறிந்து அனுமதி கிடைக்க, 33 வருடங்கள் கடந்து இந்தியா திரும்பினார்.

1935 நவம்பரில் மும்பைக்குத் திரும்பிய மேடம் காமா தாய் மண்ணைக் கண்ட திருப்தியுடன், சில மாதங்களிலேயே 1936 ஆகஸ்ட் 13ஆம் தேதி காலமானார். ஆதரவற்ற பெண்குழந்தைகளுக்கான ஆவாபாய் அறக்கட்டளைக்குத் தனது உடைமைகளை எழுதி வைத்திருந்தார் காமா.

1962ஆம் ஆண்டு குடியரசு தினத்தன்று காமா நினைவு அஞ்சல்தலை வெளியிடப்பட்டது. 1997 இந்திய கடலோரக் காவல்படையின் ரோந்து வாகனம் ஒன்று ICGS BhikaJi Cama எனப் பெயரிடப்பட்டது.

விடுதலைக் களத்தில் வீரமகளிர்

விஜயலக்ஷ்மி பண்டிட்

மிகப்பெரிய செல்வச்செழிப்புமிக்க குடும்பம்! விடுதலைப் போராட்ட முன்னோடிகளாக இருந்த குடும்பத்தின் ஆண்களோடு பெண்களும் இணைந்து இயங்கிய காலமது!

1900, ஆகஸ்ட் 18 அன்று பிறந்த ஸ்வரூப் குமாரி என்ற குழந்தை பின்னாளில் புகுந்தவீட்டுப் பழக்கத்தில் பெற்ற பெயர்தான் விஜயலக்ஷ்மி. தந்தை மோதிலால் நேரு. தாய் ஸ்வரூப்ராணி. சகோதரர் ஜவஹர்லால். தங்கை கிருஷ்ணா. வீட்டிலேயே தனிப்பயிற்சியாகவே கல்வி பயின்ற ஸ்வரூப் குமாரி 1921இல் குஜராத், கத்தியவாரில் வாழ்ந்த, மராட்டியரான ரஞ்சித் சீதாராம் பண்டிட் என்பவருக்கு மணம் செய்விக்கப்பட்டார்.

ரஞ்சித் சீதாராம் பண்டிட் வெற்றிகரமான வழக்கறிஞர். சமஸ்கிருதத்தில் இருந்து கல்ஹணர்

இயற்றிய ராஜதரங்கிணி உள்ளிட்ட காப்பியங்களை ஆங்கிலத்தில் மொழிபெயர்த்த அறிஞரும்கூட. இத்தம்பதியருக்கு மூன்று பெண் குழந்தைகள்.

விஜயலக்ஷ்மி - ரஞ்சித் தம்பதியர் விடுதலைப் போராட்டத்தில் காட்டிய தீவிரம் இருவரையும் பலமுறை சிறைக்கு அனுப்பியது.

1937இல் ஐக்கிய மாகாண சட்டசபையின் உறுப்பினராகத் தேர்ந்தெடுக்கப்பட்ட விஜயலக்ஷ்மி, உள்ளாட்சி மற்றும் சுகாதார அமைச்சராகவும் தேர்ந்தெடுக்கப்பட்டார். இதன் மூலம் இந்தியாவின் முதல் பெண் அமைச்சர் என்ற பெருமையையும் பெற்றார். 2ஆம் உலகப் போரில் இந்தியர்களை ஆலோசிக்காமல் இந்தியாவை ஈடுபடுத்தியதால் 1939இல் ஆங்கிலேய அரசுக்கு எதிர்ப்பு தெரிவித்து இப்பதவியை ராஜினாமா செய்தார்.

விஜயலக்ஷ்மி பண்டிட் 1941 முதல் 1943 வரை அகில இந்திய மகளிர் சம்மேளனத் தலைவராக இருந்தபோது மகளிர் நலத்துக்காகவும், பாலின சமத்துவத்துக்காகவும் தீவிர கருத்துகளை முன்னெடுத்து வந்தார்.

1942இல் வெள்ளையனே வெளியேறு போராட்டத்தின் போது விஜயலக்ஷ்மி - ரஞ்சித் பண்டிட் தம்பதியர் கைது செய்யப்பட்டனர். இந்தச் சிறைவாசத்தின் கொடுமைகளின் விளைவாக, விடுதலையான சில காலத்திலேயே 1944 ஜனவரியில் ரஞ்சித் காலமானார்.

வெள்ளையனே வெளியேறு போராட்ட சிறைவாசத்துக்குப் பிறகு 1945இல் அமெரிக்காவின் விர்ஜினியாவில் நடைபெற்ற பசிபிக் நல்லுறவு மாநாட்டில் விடுதலைப் போராட்ட தலைவர்கள் சிலரோடு பங்கேற்றார். இரண்டாம் உலகப் போருக்குப் பிந்தைய சூழலை விவாதிக்கும் வகையில் நடைபெற்ற கூட்டம் இது! தொடர்ந்து ஐ.நா. சபை சாசனம் குறித்த கூட்டத்தில் காலனி ஆதிக்கத்தின் சிக்கல்களை அதிகாரபூர்வமற்ற பிரதிநிதியாக கலந்துகொண்டு முழங்கினார்.

இந்தியா திரும்பிய பிறகு 1946இல் இந்திய அரசியல் சாசன நிர்ணய சபையின் உறுப்பினராகத் தேர்ந்தெடுக்கப்பட்டார். 1946-48 வரை ஐநா சபைக்கான குழுத் தலைவர், 1947 முதல் 1949 வரை சோவியத் யூனியனுக்கான இந்தியத் தூதர், 1949 முதல் 1951

விடுதலைக் களத்தில் வீரமகளிர்

வரை அமெரிக்கா மற்றும் மெக்சிகோவிற்கான இந்தியத் தூதர் பதவிகளைத் திறம்பட வகித்தவர் விஜயலக்ஷ்மி பண்டிட்.

1953இல் ஐநா சபையின் எட்டாவது பொதுச் சபைக் கூட்டத்திற்குத் தலைமை வகித்ததன் மூலம் இச்சிறப்பு பெற்ற முதல் பெண்ணாக வரலாறு அவர் பெயரைக் குறித்துக்கொண்டது.

1954 முதல் 1961 வரை இங்கிலாந்து நாட்டிற்கான ஹைகமிஷனர், அயர்லாந்திற்கான தூதர் பதவிகளை வகித்த விஜயலஷ்மி, விடுதலைக்குப் பிந்தைய இந்திய - இங்கிலாந்து உறவு சீரமைப்பில் முக்கியப் பங்கு வகித்தார். 1958 முதல் 1961 வரை ஸ்பெயின் தூதராக நியமிக்கப்பட்டார். 1962 முதல் 1964 வரை மகாராஷ்டிராவின் ஆளுநர் பதவியை வகித்தார்.

1964இல் நேரு காலமான பின் அவரது தொகுதியில் போட்டியிட்டு 1968 வரை மக்களவை உறுப்பினராக இருந்தார். அதன் பிறகு பொது வாழ்வில் இருந்து ஒதுங்கியிருந்த விஜயலஷ்மி பண்டிட் நெருக்கடி நிலை பிரகடனத்தை எதிர்த்து மீண்டும் அரசியலுக்கு வந்தார். 1977 குடியரசுத் தலைவர் தேர்தலில் போட்டியிட அவர் விரும்பிய போதும் அவர் தேர்வாகவில்லை.

1978இல் ஐ.நா. மனித உரிமைகள் ஆணையத்தில் இந்திய பிரதிநிதியாகப் பணியாற்றினார்.

தன் அனுபவங்களையும் விடுதலைப் போராட்டக் கால நினைவுகளையும் பற்றிப் பல நூல்களை எழுதியுள்ள விஜயலஷ்மி பண்டிட் தன் இறுதி காலத்தை டேராடூனில் கழித்து 90வது வயதில் 1990 டிசம்பர் 1 அன்று காலமானார்.

வசந்தி தேவி சித்தரஞ்சன் தாஸ்

கணவரது பணியில் கைகொடுப்பவர்களாக, விடுதலைப் போராட்டத்தில் ஈடுபட்ட பெண்கள் பல்லாயிரவர்! தாமே செயல்பாடுகளை முன்னெடுத்தவர்களும் தனி அடையாளம் கொண்டவர்களுமான வரிசையும் நீள்கிறது!

வசந்திதேவி (பசந்தி தேவி என்றே உச்சரிக்கப்படுகிறது) 1890, மார்ச் 23 அன்று பிறந்தார். தந்தை பரத்நாத் ஹல்தார் அசாமில் இருந்த பெரிய சமஸ்தானத்தில் திவானாக இருந்தார். கொல்கத்தாவின் Loreto House கல்வி நிறுவனத்தில் பயின்றபோதுதான் வசந்தி, சித்தரஞ்சன் தாஸைச் சந்தித்தார். 17 வயதில், அவரையே மணந்துகொண்டார். 1989லிருந்து 1901க்குள் மூன்று குழந்தைகள் என இல்லறம் தழைத்தது.

விடுதலைக் களத்தில் வீரமகளிர்

வங்கத்தில் ஸ்வராஜ்ய கட்சி நிறுவனராக இருந்த சி.ஆர்.தாஸ் பின்னர், காங்கிரஸ் இயக்கத்தில் இணைந்து விடுதலைப் போராட்ட நடவடிக்கைகளை முன்னெடுக்கலானார். தேசபந்து என்று அண்ணலால் பிரியமுடன் அழைக்கப்பட்ட சி.ஆர்.தாஸின் சகோதரிகளான ஊர்மிளா தேவி, சுனிதா தேவியுடன் வசந்தி தேவியும் இணைந்து ஒத்துழையாமை இயக்கம், கிலாபத் இயக்கம் போன்றவற்றில் ஈடுபட்டு கைது செய்யப்பட்டார். 1920-ம் ஆண்டில் நடைபெற்ற நாக்பூர் காங்கிரஸ் மாநாட்டிலும் கலந்து கொண்ட வசந்தி தேவி, பின்னர் விடுதலைப் போரில் ஈடுபடும் பெண் போராளிகளுக்குப் பயிற்சியளிக்க *Nari karma mandir* என்ற அமைப்பை ஊர்மிளா தேவி, சுனிதா தேவியோடு இணைந்து தொடங்கினார். 1920-21 ஆண்டுகளில் திலகர் சுயராஜ்ய நிதி வசூலின் போது ஜல்பைகுரியில் இருந்து 2000 தங்க நாணயங்களும், தங்க நகைகளுமாகப் பெற்றதில் வசந்தி தேவி முக்கியப் பங்கு வகித்தார்.

1921-ம் ஆண்டில் ஒத்துழையாமை இயக்கம் அறிவிக்கப்பட்டது. அந்நியத்துணி, பொருட்கள் புறக்கணிப்பு போராட்டம் முன்னெடுக்கப்பட்டது. கொல்கத்தாவின் வீதிகளில் காதி துணிகளை விற்பதற்கு குழுக்கள் அமைக்கப்பட்டன. வசந்தி தேவியும் அத்தகைய குழு ஒன்றை வழிநடத்தினார்.

வசந்தி தேவியின் மீது பெருமதிப்பு கொண்டிருந்த நேதாஜி சுபாஷ் சந்திரபோஸ், இப்படி வீதிகளில் இறங்குவதால் கைது செய்யப்படலாம் என எச்சரித்து தடுத்த போதும் வசந்தி தேவி அதைப் பொருட்படுத்தவில்லை. அப்படி அவர் கைதானபோது பெரும் கிளர்ச்சி எழுந்தது. நள்ளிரவில் வசந்தி தேவி விடுதலை செய்யப்பட்டார். இருப்பினும் 1921 டிசம்பர் 10 அன்று சி.ஆர். தாஸும் நேதாஜியும் கைது செய்யப்பட்டனர். கொல்கத்தா சிறைகள் நிரம்பின. தாஸ் கைது செய்யப்பட்ட போதும் அவர் ஆசிரியராக இருந்த வாரப்பத்திரிகையின் ஆசிரியர் பொறுப்பை வசந்திதேவி ஏற்று நடத்தினார்.

1921-22இல் வங்காள மாகாண காங்கிரஸ் தலைவரானார் வசந்திதேவி. 1922 ஏப்ரலில் நடந்த சிட்டகாங்க் மாநாட்டில், அடித்தளத்தில் போராட்டம் வீறு கொண்டெழ வேண்டும் என்ற அவரது உரைக்கு வரவேற்பு இருந்தது. காலனி ஆதிக்கத்தை எதிர்க்க, சுதேசி கலை கலாச்சாரத்தை வளர்க்கும் பொருட்டு

நாடெங்கும் பயணித்தார் வசந்திதேவி.

நேதாஜி, தன் வழிகாட்டியாகப் போற்றிய சி.ஆர். தாஸின் மனைவியான வசந்தி தேவியைத் தன் பெறா அன்னையாகவே மதித்தார். 1925இல் சி.ஆர். தாஸ் காலமானபின் வசந்திதேவியிடம் நேதாஜி தன் சொந்த விஷயங்கள், அரசியல் நடவடிக்கைகள் குறித்துப் பகிர்ந்துகொண்டதாகத் தெரிகிறது. தன் வாழ்வின் முக்கியமான நான்கு பெண்களாகத் தன் அன்னை, அ்ண்ணி, மனைவி, வசந்திதேவி ஆகியோரை சுபாஷ் கருதியிருந்தார்.

தன் கணவரைப் போலவே வசந்தி தேவியும் புரட்சிகர விடுதலைப் போராட்ட வீரர்களிடம் அனுதாபம்கொண்டிருந்தார். 1928இல் பெருந்தலைவர் லாலா லஜ்பதி ராய் காவல்துறை கொடுமையினால் இறந்தார். அமைதி வழியில் போராடிய லாலாவின் மரணத்துக்கு இந்திய இளைஞர்கள் பழி தீர்க்க வேண்டும் என வசந்தி தேவி ஆவேசம் கொண்டார்.

இந்திய விடுதலைக்குப்பின் சமூக சேவையினைத் தொடர்ந்தார் வசந்தி தேவி. 1959இல் கொல்கத்தாவில் உருவாக்கப்பட்ட முதல் அரசு பெண்கள் கல்லூரிக்கு அவர் பெயர் சூட்டப்பட்டது. 1973இல் இந்தியாவின் இரண்டாவது உயரிய விருதான பத்மவிபூஷன் அவருக்கு வழங்கப்பட்டது. 1974, மே 7 அன்று கொல்கத்தாவில் முதுமையினால் வசந்தி தேவி காலமானார்.

மாதங்கினி ஹஜ்ரா

கல்வியோ செல்வவளமோ நகரச்சூழலோ குடும்பப் பின்னணியோ எந்தக் காரணமுமின்றி சுதந்திரப் போரில் ஈடுபாடு கொண்டு தம்மையே அர்ப்பணித்த ஆயிரக்கணக்கான பெண்கள் இருந்தனர்.

1870, அக்டோபர் 19இல் வங்காளத்தைச் சேர்ந்த ஹோக்லா கிராமத்தில் ஏழை விவசாயக் குடும்பத்தில் பிறந்தார் மாதங்கினி. முறையான கல்வி கற்கும் வாய்ப்பில்லை. அக்கால வழக்கப்படி 12 வயதிலேயே திருமணம். 60 வயதுக் கணவனின் இரண்டாம் தாரமாக,18 வயதிலேயே கணவரை இழந்தார். குழந்தையுமில்லை. பிறந்த ஊர் திரும்பி மற்றவர்களுக்கு உதவியபடி வாழ்வை நடத்திவந்தார்.

காந்தியக் கொள்கையில் பிடிப்பு வந்ததால் விடுதலைப் போராட்ட நடவடிக்கைகளில் மாதங்கினி

உமா மோகன்

தன்னை இணைத்துக்கொண்டார். மிட்னாபூர் பகுதி விடுதலைப் போராட்ட நடவடிக்கைகளின் சிறப்பே பெருமளவில் பெண்கள் பங்கேற்பு என்றானது. 1930இல் ஒத்துழையாமை இயக்கத்தில் ஈடுபட்டு, தன் கணவரின் ஊரான அலினனில் தடையை மீறி உப்பு எடுக்க முற்பட்டு கைதானார். உடனே விடுதலை செய்துவிட்டனர் என்றபோதும் உப்பு மீது விதிக்கப்பட்ட வரியை நீக்க வேண்டி மீண்டும் போராட்டத்தில் இறங்கிவிட்டார்.

ஆங்கில அரசு அவரைக் கைது செய்து ஆறு மாதக் கடுங்காவல் தண்டனை விதித்தது. பஹரம்பூர் சிறைவாசம் விடுதலையானதும் இந்திய தேசிய காங்கிரஸின் உறுப்பினராகத் தன்னை இணைத்துக் கொண்டு கைராட்டையில் நூல் நூற்கத் தொடங்கினார். முதுமையும் பார்வைக் குறைவும் தடை செய்யவில்லை. 1933இல் செராம்பூரில் நடைபெற்ற வட்டார காங்கிரஸ் மாநாட்டில் கலந்து கொண்டு அங்கு நடந்த போலீஸ் தடியடியில் காயமுற்றார். 1933இல் வங்காள ஆளுநர் ஆண்டர்சன் டாம்லுக் வந்தபோது தடைகளை மீறிச் சென்று கறுப்புக் கொடி காட்டி, 6 மாதம் கடுங்காவல் தண்டனை பெற்றார். வெள்ளையனே வெளியேறு இயக்கம் 1942-ம் ஆண்டில் அறிவிக்கப்பட்டபோது, மிட்னாபூர் மாவட்டத்தில் போராட்டம் திட்டமிடப்பட்டது. அப்பகுதியின் பல்வேறு அரசு அலுவலகங்களையும், காவல் நிலையங்களையும் நோக்கி ஊர்வலமாகச் சென்று முற்றுகையிடுதல் திட்டம். இதன் மூலம் மாவட்ட நிர்வாகத்திலிருந்து பிரிட்டிஷாரை வெளியேற்றி, தனியுரிமை கொண்ட மாகாணமாக உருவாக்கும் முயற்சி தொடங்கியது.

1942 செப்டம்பர் 29 அன்று 72 வயதான மாதங்கினி 6000 தொண்டர்களைக் கொண்ட ஊர்வலத்திற்குத் தலைமை வகித்து கொடியேற்றிச் சென்றார். பெரும்பாலும் பெண் தொண்டர்களாக இருந்த அந்த ஊர்வலம் தாம்லுக் காவல்நிலையத்தை முற்றுகையிடச் சென்றுகொண்டிருந்தது. நகரத்தில் எல்லையைத் தொட்டபோது 144 தடை உத்தரவு விதிக்கப்பட்டிருப்பதால் கலைந்து செல்லுமாறு காவல்துறை அறிவித்தது. அதைச் செவிமடுக்காது முன்னேறியபோது மாதங்கினி சுடப்பட்டார். தன் மீது குண்டு பாய்ந்தவுடன் அவர் காவலர்களை நோக்கி முன்னேறிக் கூட்டத்தினரைச் சுடக்கூடாது என வேண்டினார். மூவர்ணக் கொடியேந்தி நெற்றியிலும் இரு கைகளிலும் பாய்ந்த

விடுதலைக் களத்தில் வீரமகளிர்

துப்பாக்கிக் குண்டுகளை லட்சியம் செய்யாது, முன்னேற முயன்றார்.

மூன்று குண்டுகள் அவரைச் சாய்த்தபோது ஏந்தியிருந்த கொடியை உயர்த்திப் பிடித்தவாறே வந்தேமாதரம் என முழங்கியபடி, வீழ்ந்து உயிர் துறந்தார் கொடிகாத்த அன்னையான மாதங்கினி ஹஜ்ரா.

வங்க மக்கள் 'காந்திபுரி' என்று அன்போடு குறிப்பிடுவர். காந்தியக் கொள்கையில் ஈடுபாடுகொண்ட அந்த மூதாட்டியின் உயிர்த்தியாகம் வீண் போகவில்லை. டாம்லுக் பகுதியாளர்கள் இணை அரசாங்க நிர்வாகத்தை நடத்திவந்தனர். 1944இல் காந்திஜியின் வேண்டுகோளின்படிதான் அது கலைக்கப்பட்டது.

நாடு விடுதலை பெற்றபின் எண்ணற்ற பள்ளிகள், வீதிகள், குடியிருப்புகளுக்கு மாதங்கினியின் பெயர் சூட்டப்பட்டது. விடுதலைக்குப் பின் கொல்கத்தாவில் நிறுவப்பட்ட முதல் பெண்மணியின் சிலை என்ற பெருமையுடன் 1977இல் மாதங்கினி சிலை திறக்கப்பட்டது. அவர் உயிர்த்தியாகம் செய்த இடத்தில் டாம்லுக்கிலும் அவருக்குச் சிலை உள்ளது.

வெள்ளையனே வெளியேறு இயக்கத்தின் 60வது ஆண்டுவிழா 2002இல் கொண்டாடப்பட்டபோது மாதங்கினி ஹஜ்ராவின் நினைவு தபால்தலை வெளியிடப்பட்டது. அது டாம்லுக் தேசிய அரசு நிறுவப்பட்டதற்கும் 60 ஆண்டு விழா தருணமல்லவா!

உமா மோகன்

ஜானகிதேவி பஜாஜ்

கட்டாயத்தின் பேரில் இல்லாமல், காந்தியத்தை நேசித்து, வாழ்வையே மாற்றிக்கொண்ட பெண்களின் வரிசையோ பெரிது!!

1893 ஜனவரி 7, மத்தியப்பிரதேசத்தின் ஜௌராவில் ஆசாரமான வைஷ்ணவ மார்வாடி செல்வந்தக் குடும்பத்தில் மகளாகப் பிறந்தார் ஜானகிதேவி. தொடக்கக் கல்வி காலத்திலேயே எட்டு வயதில் திருமணமும் நடந்தேறியது. 1902இல் 12 வயதான ஜம்னாலால் பஜாஜின் மனைவியாகி மஹாராஷ்டிராவில் உள்ள வார்தாவுக்கு வந்து சேர்ந்தார்.

பாரம்பரியங்களை விடாது கடைப்பிடிக்கும் சம்பிரதாய உணர்வுகள் நிரம்பிய மனைவியாக, தாயாக வாழ்ந்துவந்தார் ஜானகிதேவி.

ஜம்னாலால் பஜாஜின் மனதை காந்திஜி கவர்ந்தார். காந்தியக் கொள்கைகள் அவரது வாழ்வை

விடுதலைக் களத்தில் வீரமகளிர்

மெல்ல மெல்ல மாற்றின. நடுத்தரவர்க்கத்தில் இருந்த ஜம்னாலாலின் குடும்பம் வர்த்தக முயற்சியால் உயர்நிலையை அடைந்திருந்த நேரத்தில் இந்த மாற்றங்களை ஏற்றது குறிப்பிடத்தக்கது.

கணவரின் மாற்றங்களை மனமுவந்து தானும் ஏற்றார் ஜானகிதேவி. அவர்கள் வாழ்க்கை முற்றிலும் மாறியது. காந்தியடிகளின் பொது வேண்டுகோளைத் தன் மனைவிக்கு ஒரு கடிதமாக அனுப்பினார் ஜம்னாலால். தங்கநகைகளைத் துறக்க வேண்டும் என்ற செய்தியை அந்தச் சீமாட்டி ஏற்றபோது வயதென்னவோ 24தான். வாழ்நாளின் கடைசிவரை அதையே கடைப்பிடித்தார்.

அடுத்து பர்தாமுறை. சமூகத்தில் அந்தஸ்து, மரியாதைக்கு உரியது என்று கருதப்பட்ட பர்தா வழக்கத்தையும் கணவரின் அறிவுரையை ஏற்றுக் கைவிட்டார். தான் விட்டதோடு மற்ற பெண்களிடமும் தைரியத்துக்கும் கண்ணியத்துக்கும் அடையாளமாக மாற வேண்டுமெனில் பர்தாவைக் கைவிடுங்கள் என வலியுறுத்தினார். 1919இல் மிகப் பெரிய சமூக மாற்றமாக இது நிகழ்ந்தது. விட்டைவிட்டு வெளியுலகம் அறியாது வாழ்ந்த ஆயிரக்கணக்கான பெண்களுக்குச் சுதந்திரத்தின் ருசியை அறிய வைத்தார் ஜானகிதேவி.

28 வயதானபோது, தான் அணிந்துகொண்டிருந்த பட்டுப்புடவைகளைத் துறந்து காதி உடைக்கு மாறினார். தாமே நூல் நூற்று, உடைகளைத் தயாரிப்பது மட்டுமல்லாது அந்தப் பயிற்சியைப் பல நூறு பேருக்கு அளிக்கவும் தொடங்கினார். சுதேசி இயக்கத்தை உணர்வதும் பின்பற்றுவதுமான இந்தத் திருப்பம், ஜானகிதேவி அந்நியத் துணிகளைக் கொளுத்துவதில் முடிந்தது. வார்தாவில் இருந்த காந்தி சதுக்கத்தில் ஏழு நாட்கள் தன் வீட்டில் இருந்த அத்தனை அந்நியத் துணிகளையும் கொண்டுவந்து எரிப்பது அவர் வழக்கமாக இருந்தது.

1928 ஜூலை 17இல் இந்தியாவிலேயே முதன் முறையாக, அவர்கள் குடும்பக் கோயிலான வார்தா லக்ஷ்மிநாராயண் ஆலயக் கதவுகளை பட்டியலின மக்கள் ஆலயப் பிரவேசம் செல்வதற்காகத் திறந்தனர் ஜானகிதேவி - ஜம்னாலால் பஜாஜ் தம்பதியினர். தீண்டாமையை எதிர்க்கவும் தம் சொந்த வாழ்வின் நடவடிக்கைகள் மூலமே மற்றவர்களுக்குப் பாடமானார்கள்.

உமா மோகன்

ஊருக்கு உபதேசமல்ல, நடைமுறை வாழ்வும் அப்படிதான் என நிரூபிக்கும் விதமாக, தங்கள் வீட்டில் உணவு பரிமாறும் பணிக்கு தலித் ஒருவரைப் பணியில் அமர்த்தினார். கிராமங்கள் தோறும் காந்தியக் கொள்கைகளையும் சுயராஜ்யத்தின் பெருமையையும் எடுத்துரைப்பதுமே ஜானகிதேவியின் வாழ்வானது. 1932இல் ஒத்துழையாமை இயக்கப் போராட்டத்தில் சிறைவாசமும் பெற்றார்.

ஜானகிதேவி - பஜாஜ் தம்பதியின் 5 குழந்தைகளும் பெற்றோரின் அடியொற்றி காந்திய வழியிலேயே எளிமையுடன் வளர்ந்துவந்தனர். பழக்க வழக்கம், பாரம்பரியம் எனப் போதிக்கப்பட்ட பலவற்றையும் சமூக தீங்குகளாக இருப்பதை உணர்ந்த ஜானகிதேவியின் வாழ்க்கை புரட்சியான, புதுமையான மாற்றங்கள் கொண்டதாக மாறியது.

பெண்கல்வியை வலியுறுத்தி, தீவிரமாக இயங்கினார் ஜானகிதேவி. பசுவழிபாடு, கிராமசேவை, கிணறுதானம், பூமிதானம் என வினோபாபாவேயின் பூமிதான இயக்கத்தில் இணைந்த ஜானகிதேவிக்கு குறிக்கோளானது. 1942இல் இருந்த அகில பாரத கோசேவை சங்கத் தலைவராகப் பல்லாண்டுகள் பொறுப்பு வகித்தார்.

விடுதலைக்குப் பின் பூமிதான பாதயாத்திரையில் இணைந்து பிரசாரம் செய்த ஜானகிதேவி, வினோபாவைத் தமது குடும்ப வழிகாட்டியாகக் கருதிவந்தார். வினோபாவோ காந்தியக் கொள்கையில் வழிகாட்டும் மூத்த சகோதரியாக ஜானகிதேவியைப் போற்றினார். 1956இல் நம் நாட்டின் இரண்டாவது உயர்ந்த விருதான பத்மவிபூஷண் அளித்து இந்திய அரசு கௌரவித்தது.

1965இல் தன் சுயசரிதையை Meri Jeevan Yatra என்ற பெயரில் எழுதினார். 1979இல் முதுமையினால் காலமானார். 1992-93 முதல் இந்திய வர்த்தகர் சங்கத்தின் மகளிர் பிரிவு சிறந்த பெண் கிராம தொழில்முனைவோருக்கான 'ஜானகிதேவி பஜாஜ் புரஸ்கார்' என்ற விருதை வழங்கிவருகிறது. பல்வேறு கல்வி நிறுவனங்களுக்கு ஜானகிதேவியின் பெயர் சூட்டப்பட்டுள்ளது.

விடுதலைக் களத்தில் வீரமகளிர்

மேல்மதி

உணர்வுகளின் வழி நடக்கும் உறவுகளைக் கொண்டாடுவதும் தாங்குவதுமான குடும்ப அமைப்பு அந்த உறவுகளை தனக்கே உரிமை கொண்டாடுவதே இயல்பு. அவ்வாறன்றி மனமார தேசவிடுதலைக்கு ஒப்புக்கொடுத்த தியாக தீபங்களை விடுதலை வரலாறு அடையாளம் காட்டுகிறது!

1928-ம் ஆண்டில் பகத்சிங், சந்திரசேகர் ஆசாத், அஷபகுல்லா கான், ராஜகுரு உள்ளிட்டோருடன் இணைந்து ஹிந்துஸ்தான் சோசலிச குடியரசு சங்கத்தை உருவாக்கியவர் ராம் பிரசாத் பிஸ்மில்

1918 மெயின்புரி சதியாலோசனை வழக்கு, 1925 காகோரி சதியாலோசனை வழக்கு இரண்டிலும் தொடர்புடையவர் எனக் குற்றம்சாட்டி, ராம் பிரசாத் பிஸ்மில் கைது செய்து சிறையிலடைக்கப்பட்டார்.

தூக்குத்தண்டனை விதிக்கப்பட்ட மகனைக் காண பிஸ்மிலின் தாய் மூல்மதி சிறைக்கு வந்தார். திண்ணிய மனமுடைய பிஸ்மில் தாயைக் கண்டதும் உடைந்து கதறினார். அன்னை மூல்மதியோ அசையாது நின்றார். பிஸ்மில் அழுதது இனித் தாயைக் காண முடியாத இறுதி நிலையில் இருக்கிறோமே என்று! ஆனால், மூல்மதியோ இத்தனை நாளும் மகனின் தேசப்பற்றுக்கும் செயலூக்கத்துக்கும் ஆதரவாக நின்றது போலவே, இன்றும் உறுதியாக இருக்க வேண்டும் என்பதாலும் அன்னை பூமிக்காக உயிர் துறக்கப் போகும் மகனை ஈன்ற பெருமையைத் தன் அழுகை அழுக்காக்கிவிடக் கூடாது என்பதாலும் அமைதியாக நின்றார்.

ராம் பிரசாத் பிஸ்மில் தூக்கிலிடப்பட்ட பிறகு, நடந்த பொதுக்கூட்டத்தில் கலந்துகொண்டு விடுதலை உணர்வை மக்களிடம் தன் உத்வேக உரையால் தூண்டினார். அதுமட்டுமல்ல, அக்கூட்டத்தில், என் மூத்த மகன் தேசத்துக்காக உயிரை இழந்தான்! இதோ இந்த இரண்டாவது மகனையும் நான் தேசப் போருக்கே அர்ப்பணிக்கிறேன் என்று கைகளை உயர்த்தி முழங்கினார்.

வீரத்தின் விளைநிலைமாகக் கருதப்படும் புறநானூற்றுத் தாய்மார்களின் நவீன வடிவமல்லவா மூல்மதி அம்மையார்!

விடுதலைக் களத்தில் வீரமகளிர்

கே.பி.சுந்தராம்பாள்

கலைத்தாயின் தவப் புதல்வர்களாக அவதரித்து, தன் திறமையால் மக்கள் உள்ளம் வென்றபோதும் தேசப்பற்று கொண்டு தம் சமகாலப் போராட்டத்திற்குப் பங்களித்த பெண்மணிகள் உண்டு!

1908 அக்டோபர் 11 அன்று ஈரோடு மாவட்டம் கொடுமுடியில் கிருஷ்ணசாமி - பாலாம்பாள் தம்பதியர் மகளாகப் பிறந்தார், சுந்தராம்பாள். கொடுமுடி பாலாம்பாள் சுந்தராம்பாள் என்பதை சுருக்கி கே.பி. சுந்தராம்பாள் எனக் கலையுலகம் பெயர் தருவதற்குள் வாழ்க்கையின் புயலில் சிக்கி அலைக்கழிந்தார். இளம் வயதிலேயே தந்தை காலமானார். பிறர் ஆதரவை அண்டி சுந்தாரம்பாளையும் இன்னும் இரு குழந்தைகளையும் தாய் வளர்த்துவந்தார்.

உமா மோகன்

நல்லதங்காள் நாடகம் நடத்த வேலுநாயர் ராஜாமணி அம்மாள் நாடக்குழு கரூர் வந்தபோது, குழுவில் சேர்ந்தார் சுந்தராம்பாள். நல்லதங்காள் மகனாக, 'பசிக்குதே வயிறு பசிக்குதே' என வறுமையின் ஓலத்தைப் பாடி நடிக்க ரசிகர் கூட்டம் நெகிழ்ந்து போனது. நாடகமே வாழ்வானது! 1917-ம் ஆண்டில் கொழும்பு சென்று நடிக்கத் தொடங்கினார். வள்ளி திருமணம், கோவலன், ஞானசௌந்தரி பவளக்கொடி எனத் தொடர் நாடகப்பயணம் பாராட்டையும் பொருளையும் வழங்கியது. இதே காலக்கட்டத்தில் தன் அழகிய தோற்றத்தாலும் பாடலாலும் சுந்தாராம்பாளைப் போன்றே புகழ் பெற்றிருந்த நாடக கதாநாயகர் எஸ்.ஜி.கிட்டப்பாவுடன் காதல் அரும்பி அவரே வாழ்வின் நாயகனுமானார்.

1926இல் காதல் திருமணம் நடைபெற்றது. இசைத்தட்டுகள் இவர் பெயர் சொல்ல, இருவரும் இந்தியா திரும்பி கலைப்பயணத்தைத் தொடர்ந்தனர். 1933-ம் ஆண்டில் தன் 28வது வயதில் நாடகமேடையிலேயே கிட்டப்பா காலமானார். 25 வயதேயான சுந்தராம்பாள் வெள்ளை சேலையணிந்தார். வேறு நடிகர்களோடு இணைந்து நடிப்பதில்லை என்ற முடிவை எடுத்தார்.

தனது கொள்கைக்கேற்ப நந்தனார் நாடகத்தை ஆண் வேடம் தரித்து நடத்த ஆரம்பித்தார் கே.பி.சுந்தராம்பாள். இதுவே திரைப்படமும் ஆனது! தொடர்ந்து சிலபடங்கள்... ஔவையார் படத்தில் ஔவையாராக, பூம்புகார் படத்தில் கவுந்தி அடிகளாக மேலும் பல படங்களிலும் இதே தோற்றத்திலேயே நடித்துவந்தார்.

தமிழிசை வளர்ச்சியிலும் அக்கறை காட்டினார். தன் சொந்த வாழ்க்கை இவ்வளவு இன்னல் நிறைந்திருந்தபோதும் காங்கிரஸ் பிரசாரத்தில் தவறாமல் ஈடுபட்டுவந்தார். கதர் இயக்கம், தீண்டாமை ஒழிப்பு போன்றவை பற்றிய கே.பி.எஸ்ஸின் பாடல்கள், கருத்துகளை மக்களிடம் கொண்டு சென்றன. அரசியல் வழிகாட்டியாக கே.பி.சுந்தராம்பாள் கருதிய சத்தியமூர்த்தியின் அறிவுரைக்கு ஏற்ப பிரச்சார மேடைகளில் தன் பாடல்களில் விடுதலை உணர்வூட்டினார். தேசியப் பாடல்களுக்குத் தடை விதிக்கப்பட்ட காலத்திலும் துணிச்சலுடன் பாடுவார்.

காந்தியோ பரம ஏழை சன்யாசி - கருஞ்சுதந்திர ஞானவிசுவாசி போன்ற இசைத்தட்டுகள் தமிழகத்தை எழுச்சிகொள்ள வைத்தன.

பகத்சிங் மறைவின்போது, "சிறையில் கண்ணீர் வடித்தாள் பாரதமாதா" என்ற பாடலால் துயரத்தை உணர்ந்து பதறியது தமிழ்மண்.

1934-ம் ஆண்டில் காந்தியடிகள் தமிழக சுற்றுப்பயணத்தில் கொடுமுடிக்கு வருகை தந்தார். தங்கத் தட்டு ஒன்றை கே.பி.சுந்தராம்பாள் அண்ணலிடம் அளிக்க, அதை ஏலம் விட்டு நிதியில் சேர்த்தார் காந்தியடிகள். 1937 சட்டப்பேரவைத் தேர்தலின்போது ஓட்டுடையோரெல்லாம் கேட்டிடுங்கள் என்ற பாடலோடு தமிழகமெங்கும் சூறாவளி பிரச்சாரம் செய்தார். "சிறைச்சாலை என்ன செய்யும்" என விடுதலை உணர்வைத் தட்டியெழுப்பினார்.

விடுதலைக்குப் பின் 1951இல் தமிழக சட்டமன்ற மேலவை உறுப்பினராக நியமிக்கப்பட்டார். இந்திய அரசியல் வரலாற்றில் இவ்வாறாகப் பதவி வகித்த முதல் திரைக்கலைஞர் என்ற பெருமை பெற்றார். கலைத்திறனுக்காக 1970-ம் ஆண்டில் பத்மஸ்ரீ பட்டம் பெற்ற கே.பி.சுந்தராம்பாள், 1980 அக்டோபர் 15 அன்று காலமானார்.

உமா மோகன்

பிரபாவதி தேவி ஜெயப்பிரகாஷ் நாராயண்

போராட்டம், கூட்டம் எனச் சில சந்தர்ப்பங்களில் தமது விடுதலை உணர்வை வெளிப்படுத்தியபடி சராசரி வாழ்வைத் தொடர்ந்து கொண்டிருந்த பல்லாயிரம் பேருக்கு நடுவேதான் உடல், பொருள், ஆவி அனைத்தும் தேசத்திற்காகவும் கொண்ட கொள்கைக்காகவும் அர்ப்பணித்தவர்கள், அதிலும் தம்பதியராக இவ்வாறு தம்மை ஈந்தவர்கள் சிலரே!

1906ஆம் ஆண்டு தற்போதைய பீகாரின் சிவான் மாவட்டத்தில் ஸ்ரீநகரில் ப்ரஜ்கிஷோர் பிரசாத், பூல் தேவி தம்பதியரின் மகளாகப் பிறந்தார் பிரபாவதி தேவி. ப்ரஜ்கிஷோர் தேச விடுதலைப் போராட்ட ஈடுபாடு காரணமாக, புகழ்பெற்ற வழக்கறிஞர் தொழிலையே கைவிட்டவர்.

விடுதலைக் களத்தில் வீரமகளிர்

அக்கால வழக்கப்படி 14 வயதில் 1920 அக்டோபரில் ஜெயப்பிரகாஷ் நாராயணுக்கு மனைவியானார் பிரபாவதி. திருமணம் முடிந்தபிறகு ஜெயப்பிரகாஷ் உயர்கல்வி பயில அமெரிக்கா சென்றுவிட்டார். அறிவியல் பயிலப் போனவர் மனம் மாறி வேறு பல்கலைக்கழகத்தில் மார்க்சியம் படிக்கத் தொடங்கியது தனிக்கதை.

பிரபாவதி, அண்ணலின் ஆசிரமத்திற்குச் சென்று கஸ்தூரிபாவுடன் தொண்டில் இணைத்துக்கொண்டார். பாவோ, பிரபாவதியைத் தன் மகளாகவே கருதினார்.

அமெரிக்காவிலிருந்து திரும்பிய ஜெயப்பிரகாஷ் நாராயணின் சிந்தனைப்போக்கு, பிரபாவதியின் காந்திய சிந்தனையிலிருந்து மாறுபட்டிருந்தது. கருத்து முரண் தாண்டி பரஸ்பர மதிப்பு கொண்டிருந்த இருவரும் நாடு விடுதலை பெறும் வரை இல்லறம் வேண்டாம், குழந்தை வேண்டாம் என முடிவெடுத்தனர்.

பிரபாவதி ஒத்துழையாமை இயக்கத்தில் ஈடுபட்டு 1932இல் கைதானார். உப்பு சத்தியாகிரகப் போராட்டத்தில் கைதாகி பகல்பூரில் சிறை வைக்கப்பட்டார். வெள்ளையனே வெளியேறு போராட்டத்திலும் தீவிரமாக ஈடுபட்டார்.

இதனிடையே பிரபாவதி நேரு குடும்பத்துடன் கொண்டிருந்த உறவு, கமலா நேருவின் நெருங்கிய நட்பைத் தந்தது. இருவருக்கும் கடிதப் பரிமாற்றம் தொடர்ந்துகொண்டிருந்தது. கமலா நேரு, பிரபாவதிக்கு எழுதிய கடிதங்களைப் பின்னாளில் தம் மனைவி மறைவுக்குப் பிறகு ஜேபி, இந்திராகாந்தியிடம் ஒப்படைத்துவிட்டார்.

கமலா நேரு நினைவாகப் பெண்கள் பள்ளி ஒன்றைத் திறக்க விரும்பிய பிரபாவதி, நேருவுக்கு அதைத் திறந்துவைக்க அழைப்பு விடுத்தார். தம் தந்தை, மனைவி பெயரால் உருவாக்கப்படும் நிறுவனங்களைத் தாம் தொடங்கிவைப்பதில்லை என்ற கொள்கையைக் குறிப்பிட்டு, பெண் கல்வி குறித்த சிந்தனைக்கும் கமலா நேரு பெயர் சூட்டுவதற்கும் நன்றி தெரிவித்து, பிறிதொரு நாளில் வருவதான வாக்குறுதியைத் தம் கைப்பட நேரு எழுதிய கடிதம் ஜேபி, பிரபாவதியின் பாட்னா வீட்டில் காட்சிப்படுத்தப்பட்டிருந்தது.

விடுதலைக்குப் பின் பிரபாவதியின் தூண்டுதலின் பேரிலேயே சர்வோதய பாதைக்கு வந்த ஜேபி, வடகிழக்கு, மத்திய கிழக்கு பகுதிகளில் அமைதி திரும்பும் வண்ணம் தொண்டாற்றினார். பட்னாவின் ராட்டை நூற்பு இயக்கத்தை உருவாக்கியதன் மூலம், கைவிடப்பட்ட பெண்கள் மறுவாழ்வுப் பணியில் தம்மை அர்ப்பணித்தார் பிரபாவதி.

புற்றுநோய் தாக்கியதால் 1973 ஏப்ரல் 15 அன்று காலமானார் பிரபாவதிதேவி.

உமாபாய் குந்தப்பூர்

இளம் வயதில் தங்கள் வாழ்வின் ஏற்ற இறக்கங்களைச் சமாளிக்கவும் அறியாது, வீட்டுப் பொறுப்புகள் எனும் விலங்குக்கு கட்டுப்பட்டு வாழ்ந்து மறைந்த கோடானு கோடி பெண்களிடையே தேசம் குறித்து சிந்திக்கவும் சுதந்திரத்தையே தியானிக்கவுமாக வாழ்ந்த திலகங்கள் சில நூறு பேர்!

மங்களூரைச் சேர்ந்த கொலிகேரி கிருஷ்ணா ராவ், ஜங்காபாய் தம்பதியரின் மகளாக நான்கு சகோதரர்களோடு 1892இல் பிறந்தவர் பவானி. வளர்ந்து கொண்டிருந்த மும்பை நகருக்குக் குடும்பம் குடிபெயர்ந்தது.

அக்கால வழக்கப்படி 13 வயதிலேயே திருமணம். பவானி கோலிகேரி, உமா குந்தப்பூர் ஆனார். கணவர் சஞ்சீவ்ராவ் குந்தப்பூர். மாமனார் ஆனந்தராய் குந்தப்பூர். பெண் முன்னேற்றத்திலும்

சமுதாய மறுமலர்ச்சியிலும் தீவிர நம்பிக்கை கொண்டிருந்தார். எனவே, உமாபாயின் கல்வி தொடர்ந்தது. மெட்ரிக்குலேஷன் பயின்று வந்தார். 1919-ம் ஆண்டில் உமாபாய் தேர்வெழுத புறப்பட்ட நாளில்தான் ஆங்கில அரசாங்கத்திற்கு வரம்பற்ற அதிகாரம் தந்த ரௌலட் சட்டத்திற்கு எதிரான போராட்டம் வெடித்திருந்தது. நடந்து சென்று தேர்வெழுதி வந்த உமாபாய் வெற்றியும் பெற்றிருந்தார். அதற்குச் சில நாள் கழித்து நடைபெற்ற ஜாலியன்வாலாபாக் படுகொலை நாடெங்கும் அதிர்வலைகளை ஏற்படுத்தியிருந்தது.

உமாபாயின் மனதையும் அது தாக்கவே அவரும் போராட்டத்தில் தன்னை இணைத்துக்கொண்டார். பம்பாயில் இப்போராட்டங்களை வழிநடத்தி வந்த திலகர் 1920இல் மறைந்தபோது, பல லட்சக்கணக்கான மக்கள் கூடி அவருக்கு இறுதி அஞ்சலி செலுத்தினார். இத்தருணத்தில்தான் உமாபாயும் அவரது கணவரும் காங்கிரஸ் தொண்டர்களாக மாறினர். கணவரும் புகுந்த வீட்டினரும் உமாபாயின் விடுதலைப் போராட்ட ஈடுபாட்டை ஆதரித்தே வந்தனர். பம்பாயில் இருந்த கவுன் தேவி மஹிளா சமாஜ் மூலம் பெண்கல்வி வழங்குவதில் தன் மாமனாருக்குத் துணை நின்றார் உமாபாய்.

காதி பிரசாரம், சுதேசிப் பொருள் ஆதரவு போன்றவற்றை வலியுறுத்தி நாடகங்களை எழுதி நடிப்பது, வீடு வீடாகச் சென்று சேவையில் பெண்களை ஈடுபடுத்துவது என அவர் இயங்கிக் கொண்டிருந்தார்.

25 வயதில் காசநோய்க்குக் கணவரைப் பறிகொடுத்தார். மருமகளை சமாதானப்படுத்த விரும்பிய ஆனந்தராவ் தங்கள் சொந்த ஊரான ஹூப்ளிக்கு அழைத்துச் சென்றார். கர்நாடகா அச்சகத்தை அங்கே தொடங்கினார். அதே வளாகத்திலேயே திலக் கன்யாஷாலா உருவாக்கப்பட்டு, பெண்கல்விக்கு உமாபாயைப் பொறுப்பாக்கினார்.

அமெரிக்காவில் மருத்துவ மேற்படிப்பு முடித்து 1921இல் இந்தியா வந்த டாக்டர் என்.எஸ்.ஹார்திகர் விடுதலைப் போராட்ட விழிப்புணர்வை ஏற்படுத்துவதில் அமைப்பு ரீதியாகத் தொண்டர் படை உருவாக்க விரும்பினார்.

ஹூப்ளி - தார்வாட் பகுதியில் அவர் உருவாக்கிய ஹிந்துஸ்தானி

விடுதலைக் களத்தில் வீரமகளிர்

சேவாதள் அமைப்பின் மகளிர் பிரிவுப் பொறுப்பை உமாபாய் ஏற்றார். தென்னிந்தியா மற்றும் மஹாராஷ்டிராவின் பல ஊர்களைச் சேர்ந்த இளைஞர்கள் அங்கே நூல் நூற்றல், நெசவு, அணிவகுப்பு பயிற்சிகள், சேவைவாழ்வு எனப் பயின்று வந்தார்கள்.

நேரு உள்ளிட்ட பல தேசியத் தலைவர்களும் ஆங்கில அரசின் கடும் கண்காணிப்பைத் தாண்டி இந்தப் பயிற்சி முகாம்களைப் பார்வையிட்டு வந்தனர். 1924-ம் ஆண்டில் காந்தியடிகள் தலைமையேற்ற பெல்காம் காங்கிரஸ் மாநாட்டு ஏற்பாடு டாக்டர் ஹார்திகர், உமாபாய் இருவரின் தலைமைக்கும் சவாலாக இருந்தது.

150க்கும் மேற்பட்ட பெண்களுக்குப் பயிற்சியளித்து மாநிலம் முழுவதும் பயணித்து ஏற்பாடுகளைச் செய்தார் உமாபாய். கணவரை இழந்து மழித்த தலையோடு முடங்கிக் கிடந்த பெண்களும் இவர்களோடு சேர்ந்து சேவை செய்ய முன்வந்தனர். பின்னாளில் புகழ்பெற்ற தலைவரான கமலாதேவி சட்டோபாத்யாய் இந்தப் பயிற்சியில் உமாபாயின் தொண்டராகத் தேர்ந்தெடுக்கப்பட்டவர்தான்.

1932-ம் ஆண்டில் எரவாடா சிறையில் நான்குமாத தண்டனையை அனுபவித்துக்கொண்டிருந்தபோது உமாபாயின் ஊக்கமும் ஆதரவுமாக இருந்த மாமனார் காலமான செய்தி கேட்டுத் தவித்துப் போனார். சிறையில் உடனிருந்த கவிக்குயில் சரோஜினிதேவி ஆறுதல் கூறித் தேற்றினார். சிறையிலிருந்து வீடு திரும்பிய போது உமாபாயின் அச்சகமும் பள்ளியும் பூட்டி சீல் வைக்கப்பட்டிருந்தது. அவர் திரட்டிய மகளிர் சேவையணி 'பாகினி மண்டல்' சட்டவிரோத அமைப்பாக அறிவிக்கப்பட்டு விட்டது.

இதனாலெல்லாம் தளராத உமாபாய் போராட்ட வடிவை மாற்றினார். பெரிய போராட்டங்கள் இல்லாத போதும், குறிப்பாகப் பெண்களை வெள்ளை அரசு கைது செய்து சிறையில் அடைத்தது. சிறைவாசம் முடியும்போது சொந்த ஊர் திரும்ப வழியற்றோ புறக்கணிக்கும் குடும்பங்களால் தனிமைப்பட்டோ தவித்தவர்கள் ஏராளம். அவர்களுக்கெல்லாம் அடைக்கலமாகும் இடமாக உமாபாயின் இல்லம் மாறியது. உணவு கிடைக்கும். ஊர் திரும்ப வழிச் செலவு கிடைக்கும். வண்டிக்காரர்களே

உமா மோகன்

இத்தகையவர்களை நேராக உமாபாய் வீட்டில் கொண்டுவந்து இறக்கிவிடும் அளவு பிரசித்தம்!

இதனிடையே 1934-ம் ஆண்டில் ஏற்பட்ட பீஹார் நில நடுக்கத்தால் பாதிக்கப்பட்ட மக்களின் முகாம்களில் உமாபாயும் அவரின் தொண்டர் படையும் இரவும் பகலும் உதவி புரிந்தனர். ராஜேந்திர பிரசாத், ஆச்சார்ய கிருபாளானி போன்ற தலைவர்களின் நெருங்கிய அறிமுகம் அப்போது ஏற்பட்டது. 1942 வெள்ளையனே வெளியேறு இயக்கக் காலத்திலும் தீவிரமாக மறைந்திருந்து போராடியவர்களின் அடைக்கலம் உமாபாயே! எந்நேரமும் தன் இல்லத்தில் உணவளித்து, பொருளுதவி தந்து வழிகாட்டும் பொறுப்பைச் செவ்வனே செய்துகொண்டிருந்தார்.

1946இல் அண்ணல் காந்தியடிகள் கஸ்தூர்பா நினைவு நிதியின் கர்நாடக மாநிலப் பொறுப்பினை உமாபாய்க்கு அளித்தார். வயது வந்தோர் கல்வி, குழந்தைகள் நலம், சுகாதாரப் பணிகள் போன்றவற்றைச் செய்ய கிராம சேவிகாக்களுக்குப் பயிற்சியளித்து கிராம முன்னேற்றத்திற்கு உதவுவது குறிக்கோள். இதற்கு எந்த அரசு நிதி உதவியும் கிடையாது.

உமாபாய் தாமே களத்தில் இறங்கி நிதியை வசூல் செய்தார். கைவிடப்பட்ட பெண்கள், இளம் விதவைகள், மணமாகா முதிர் கன்னியர் போன்றோருக்கு முதல் வாய்ப்பளித்தார். விரைவில், கலையும் கைவினையும் கற்று அப்பெண்கள் சொந்தக்காலில் நிற்க முடிந்தது. கர்நாடகத்தில் உமாபாய் ஒவ்வொரு வீட்டிலும் உச்சரிக்கப்படும் பெயரானது.

விடுதலைக்குப் பின்னும் தமது தொண்டையே தொடர்ந்தார். எவ்வித அங்கீகாரமோ விருதோ பதவியோ பாராட்டோ பெற மறுத்துவிட்டு எளிய வாழ்வை நடத்தி நூறு வயதில் இவ்வுலகு நீத்தார் உமாபாய் குந்தப்பூர்.

விடுதலைக் களத்தில் வீரமகளிர்

உதா தேவி

நடைமுறை வாழ்வை நடத்தவே ஏகப்பட்ட ஒடுக்குமுறைகளைச் சந்தித்த தலித் மக்களின் பக்கமிருந்தும் சுதந்திரப்போரில் ஈடுபட்ட வீரர், வீராங்கனைகள் உருவாகினர்.

1857-58 விடுதலைப் போரில் தனது மக்களோடு போராடியவர் ராணி ஹசரத் மகால். அவரது படையில் விடுதலை வேட்கையோடு இணைந்த வீராங்கனையே உதா தேவி. ஹசரத் மகால் ராணுவத்தின் சிப்பாய் மக்காபாசியை மணந்தார் உதா தேவி.

உத்திரபிரதேசத்தின் அவத் பகுதியின் சிறு கிராமத்தில் பிறந்த உதா தேவியின் தலைமையில் ஒரு பெண்கள் படைப்பிரிவு உருவானது. அவத் பகுதி தாக்கப்பட்ட போது, ஆயுதமேந்திய போராளிகளாக களத்தில் இறங்கினார்கள் உதா தேவி படைப்பிரிவினர்.

உமா மோகன்

1857 நவம்பர் சிக்கந்தர்பாக் போரில் தனது படையினரை உதா தேவி வழிநடத்தினார். மறைந்திருந்து தாக்கிய இவரை நோக்கி நடத்தப்பட்ட துப்பாக்கிச் சூட்டில் உதா தேவியின் உயிர் பிரிந்தது. அதற்கு முன்பாக உதா தேவியின் கணவரும் போரில் வீரமரணம் எய்திருந்தார்.

லக்னோ, சிக்கந்தர்பாகில் உதா தேவி துப்பாக்கி ஏந்திய தோற்றத்தில் சிலை வைத்துப் போற்றுதல் செய்யப்படுகிறது.

விடுதலைக் களத்தில் வீரமகளிர்

கமலாதேவி சட்டோபாத்யாயா

தன்னுடைய வாழ்க்கைச் சூழலில் கற்ற பாடங்களைத் தன் மேம்பாட்டுக்கு மட்டுமன்றி ஒட்டுமொத்த சக மனிதர்களின் விடுதலைக்காகவும் மேம்பாட்டிற்காகவும் பயன்படுத்திய பெண்மணிகள் நம் விடுதலைக் களத்தில் உண்டு.

1903 ஏப்ரல் 3 கர்நாடகாவின் மங்களூரில் மாவட்ட ஆட்சியராக இருந்த அனந்தய்யா தாரேஷ்வர், கிரிஜாபாய் தம்பதியரின் நான்கு குழந்தைகளில் கடைக்குட்டியாய் பிறந்தார் கமலாதேவி. தந்தை வழிப் பாட்டியும் தாயும் வீட்டிலிருந்தே கற்று ஆர்வமிக்க பெண்களாக வழிகாட்டி வந்தனர். சிறு வயதிலிருந்தே சிறப்பான கல்வித்திறனும் தெளிவும் துணிவும் மிக்க குழந்தையாக இருந்தார் கமலாதேவி. மகாதேவ ரானடே, கோபாலகிருஷ்ண கோகலே,

உமா மோகன்

அன்னி பெசண்ட், ரமாபாய் ரானடே போன்ற விடுதலைப் போராட்ட முன்னோடிகளோடு அவர் பெற்றோருக்கு இருந்த தொடர்பு சுதேசி இயக்கத்தின் பால் கமலாதேவியின் கவனத்தைத் திருப்பியது.

கேரளத்தின் பாரம்பரிய கூத்து வடிவமான கூடியாட்டம் முறையை பத்மஸ்ரீ மணி மாதவ சாக்கியாரிடம் குருகுலவாசமாகச் சில காலம் பயின்றார். நல்ல தோழியாக விளங்கிய மூத்த சகோதரி சகுணா, பதின்ம வயதிலேயே மணம் செய்விக்கப்பட்டு பின் மரணமடைந்தது இளம் கமலாவுக்கு முதல் சோதனை. ஏழே வயதில் தந்தையும் காலமானார். நிறைய குடும்பச் சொத்துகள் இருந்தபோதும் கணவர் முறையான உயில் எழுதாத காரணத்தால் அக்கால சட்டப்படி சொத்துகள் பங்காளிவீட்டு மகனுக்கே சென்றன. மாதாமாதம் கருணைத் தொகை வேண்டுமானால் அவர்களிடம் பெறலாம் என்ற சூழல் வந்தபோது கிரிஜா அதை நிராகரித்தார். தன் மகள்களை தனக்குச் சீதனமாக வந்த சொத்துகளைக் கொண்டு வளர்த்துக்கொள்வேன் என நிமிர்ந்து நின்றார்.

மகள் கமலாவோ சாதியாலோ செல்வத்தாலோ பணியாளர்களிடமும் அவர் தம் குழந்தைகளிடமும் விலகி நிற்காமல் அவர்களிடம் கலந்து பழகி அவர்கள் வாழ்வை அறிய முயன்றார். 14 வயதில் 1917இல் திருமணமாகி இரண்டே ஆண்டுகளில் விதவையுமாகிவிட்டார். வாழ்க்கை முடிந்ததாக நினைக்காமல் சென்னை சென்று ராணிமேரி கல்லூரியில் கல்வியைத் தொடர்ந்தார். அங்குதான் சரோஜினி நாயுடுவின் தங்கை சுஹாசினி சட்டோபாத்யாயா சகமாணவியாக அறிமுகமானார். சுஹாசினி பிரபல கவிஞரும் நடிகரும் நாடக ஆசிரியருமான தன் சகோதரர் ஹரிந்திரநாத் சட்டோபாத்யாயவை அறிமுகம் செய்தார்.

கலையார்வமும் ரசனையும் கமலாதேவியையும் ஹரிந்திரநாத்தையும் ஒன்று சேர்த்தது. விதவையை, மாற்று மொழி, சமூகப் பெண்ணை மணப்பது என இவர்கள் திருமணத்தை பழமைக் கண்கொண்ட சமூகம் எதிர்த்த போதும் கமலாதேவியின் இருபதாவது வயதில் இத்திருமணம் நடைபெற்றது. ஒரே மகள் ரமா பிறந்தார். இருவருமாகத் தங்கள் கலைக் கனவுகளை நனவாக்க முயன்றனர்.

விடுதலைக் களத்தில் வீரமகளிர்

இதனிடையே உயரிய குடும்பப் பின்னணியிலிருந்து பெண்கள் நடிக்க வருவது விரும்பப்படாத காலக்கட்டத்தில் இரண்டு மௌனப்படங்களில் நடித்தார் கமலாதேவி. பின்னரும் சில ஹிந்திப் படங்களில் நடித்தார். திருமணமான சில காலத்தில் ஹரிந்திரர் லண்டன் சென்றார். சில மாதங்களில் தானும் லண்டன் சென்ற கமலாதேவி, அங்கு சமூகவியல் பட்டயம் பெற்றார். 1923இல் அங்கு இருக்கும்போது மகாத்மா காந்தி பற்றியும், ஒத்துழையாமை இயக்கம் பற்றியும் கேள்விப்பட்ட கமலாதேவி நாடு திரும்பி, சேவாதள் அமைப்பில் தன்னை இணைத்துக்கொண்டார். விரைவிலேயே மகளிர் சேவாதள் நிர்வாகியாகி நாடெங்கும் இளம் பெண்களும் மகளிரும் சேவிகா தேர்வு பெற, பயிற்சி பெற ஏற்பாடு செய்பவரானார்.

1926இல் மகளிர் வாக்குரிமைக்குப் போராடி வந்தவரும் அகில இந்திய பெண்கள் மாநாட்டைத் தோற்றுவித்தவருமான மார்கரெட் கசின்ஸ் என்பவரைச் சந்தித்தார். இந்தியாவில் சட்டமன்ற தேர்தலில் போட்டியிட்ட முதல் பெண்மணியாக கமலாதேவியின் பெயர் இடம் பெற இவர்தான் காரணம். ஆயினும் 55 வாக்குகள் வித்தியாசத்தில் கமலா தோற்றுப் போனார்.

அகில இந்திய பெண்கள் மாநாட்டின் செயலராக, தலைவியாகப் பொறுப்பேற்று சட்டரீதியான சீர்திருத்தங்கள் பெண்களுக்காகக் கொண்டுவரப்பட தொடர்ந்து பாடுபட்டார். பெண்களால், பெண்களுக்காக நடத்தப்படும் கல்வி நிறுவனங்கள், நல அமைப்புகள் உருவாகின. இது குறித்த கூட்டங்கள், விவாதங்களுக்காகப் பல ஐரோப்பிய நாடுகளுக்குப் பயணித்தார் கமலாதேவி.

உப்பு சத்தியாகிரகத்துக்காக பம்பாய் கடற்பகுதியில் உப்பெடுக்க அண்ணல் நியமித்த ஏழு பேர் குழுவில் கமலாதேவியும் இடம் பெற்றிருந்தார். உப்பு காய்ச்சி எடுத்தவுடன் அருகிலிருந்த உயர்நீதிமன்றத்தில் நுழைந்து அங்குள்ள நீதிபதியிடம் சுதந்தர உப்பு வாங்க விருப்பமா எனக் கேட்ட துணிச்சல் அவருடையது.

இரண்டாம் உலகப் போர் ஆரம்பமான போது இங்கிலாந்தில் இருந்த கமலாதேவி உடனடியாக இந்திய நிலையை எடுத்துரைக்க உலகப் பயணத்தைத் தொடங்கினார்.

இந்திய விடுதலைப் பிரிவினை என்ற வேதனையையும் சேர்த்துக்கொண்டு பிறந்தபோது கமலாதேவி அகதிகளின் மறுவாழ்வில் தன்னை ஈடுபடுத்திக்கொண்டார். இந்தியக் கூட்டுறவு அமைப்பைத் தோற்றுவித்து அதன் மூலம் ஐம்பதாயிரத்திற்கும் மேற்பட்ட வடமேற்கு மாகாண அகதிகளைக் குடியமர்த்திட, பரிதாபாத் என்ற பகுதியை டெல்லி புறநகரில் உருவாக்கி, கைத்திறன் பயிற்சிகள் தந்து அவர்களுக்கு வாழ்வாதாரத்தை உருவாக்கினார்.

இதனுடைய தொடர்ச்சியாக அவர் வாழ்வின் அடுத்த பகுதி கைவினைக் கலைஞர்களின் மறுவாழ்வு, கலைகளைப் போற்றுவது என்று மாறியது. விடுதலை பெற்ற இந்தியாவில் கைத்தறி, கைவினை, புராதனக் கலைகளைப் போற்றுவது என்ற முயற்சியில் நாடெங்கும் கைவினை அருங்காட்சியங்களை உருவாக்கினார்.

குடிசைத் தொழில்களைக் காப்பதற்கான அமைப்புகள், கலைஞர்களுக்கான தேசிய விருதுகள் இவர் தோற்றுவித்தவையே.

இதனிடையே சொந்த வாழ்விலும் மாற்றங்கள். வழமையை மாற்றி தன் விவாகரத்திற்காக கமலாதேவி விண்ணப்பித்தார். பரஸ்பர ஒப்புதலுடன் தரப்பட்ட முதல் விவாகரத்தும் அதுதான். தேசிய நாடகப் பள்ளியை உருவாக்கினார். பின்னர் சங்கீத நாடக அகாதெமியின் தலைவராகவும் யுனெஸ்கோ உறுப்பினராகவும் பணியாற்றினார். 1955-ம் ஆண்டில் பத்மபூஷண், 1966-ம் ஆண்டில் மகசேசே விருது, 1987-ம் ஆண்டில் பத்மவிபூஷன், 1977-ம் ஆண்டில் கைவினைக் கலைகளை ஊக்குவித்தமைக்காக யுனெஸ்கோ விருது, சாந்திநிகேதனின் தேசிக்கோட்டமா என்ற உயரிய விருது போன்றவை கமலாதேவி பெற்ற சில சிறப்புகள். தன் வரலாறு உட்பட 20 புத்தகங்களை எழுதியவர். இவரைப் பற்றியும் பல புத்தகங்கள் எழுதப்பட்டுள்ளன.

1988 அக்டோபர் 29, தன் 85 வயதில் முதுமையினால் காலமானார் கமலாதேவி சட்டோபாத்யாயா.

விடுதலைக் களத்தில் வீரமகளிர்

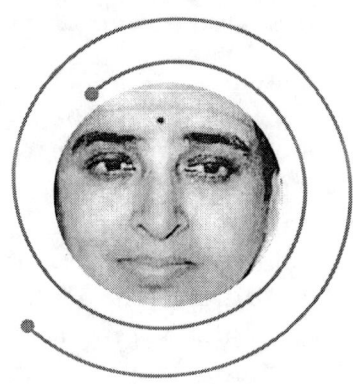

பெல்லாரி சித்தம்மா

தேசம் தழுவிய நிகழ்வுகளுக்கான செய்திகள் சென்று சேரவே அரிதான மூலை முடுக்குகளில் இருந்தெல்லாம் சுதந்திரப் போர் குறித்து, தன்னெழுச்சியுடன் பெண்கள் பொதுவெளிக்கு வந்தது உண்மையில் இந்திய விடுதலைப் போரின் விந்தைகளில் ஒன்று.

1903ஆம் ஆண்டு கர்நாடகத்தில் ஹவேரி மாவட்டத்தின் தூந்தசி கிராமத்தின் பழமையான குடும்பத்தில் கோட்டேகி பசப்பாவின் மகளாகப் பிறந்தார் பெல்லாரி சித்தம்மா. பசப்பா வணிகர் என்றாலும் விடுதலைப் போராட்டம் குறித்த ஈடுபாடும் இருந்தது. தம் மகளுக்குச் செய்தித்தாள்களையும் பத்திரிகைகளையும் கொண்டுவந்து தரும் பழக்கத்தால் சித்தம்மாவிடமும் தேசபக்தி சிந்தனை வளர்ந்தது. ஆன்மிகத்திலும் ஈடுபாடு கொண்டிருந்த

உமா மோகன்

சித்தம்மாவுக்கு காந்தியப் பற்றாளரும் விடுதலைப் போராட்ட ஆர்வம்கொண்டவருமான பெல்லாரி முருகப்பா மணமகனாக வந்தார்.

மல்லப்பா தனரெட்டியும் அவரது தோழர்களும் தூக்குத்தண்டனை விதிக்கப்பட்ட சூழல் சித்தம்மாவின் மனதை உடைத்து, பொதுவெளியில் போராட அழைத்து வந்தது. மாகாண தலைவர்களின் பெருமுயற்சிகள் பலிக்காமல் அந்தத் தூக்கு தண்டனை நிறைவேற்றப்பட்டுவிட்டது. இந்தத் துயர சம்பவம் பெருமளவில் இளைஞர்களையும் போராட்டக் களத்திற்கு அழைத்துவந்தது. எப்பாடுபட்டாவது வெள்ளையர்களை வெளியேற்றி நாடு விடுதலை பெறுவதே நம் இலக்கு என முழங்கினார் சித்தம்மா.

வீட்டைவிட்டு வெளியே வந்திராத பெண்ணாக இருந்த சித்தம்மா, அனல் கக்கும் பேச்சாளராக உருமாறி அருகிலிருந்த தாவண்கரே, சித்ரதுர்கா பகுதி கிராமங்களுக்குச் சுற்றுப்பயணம் மேற்கொண்டார். பொதுமக்களிடம் அவர்கள் மொழியிலேயே உரையாடி, போராட்டத்தில் பெண் தொண்டரை பெருமளவில் சேர்த்ததன் மூலம் மைசூர் மாகாணத்தின் முக்கியத் தலைவராக உருவானார்.

சர்தார் வீரணகௌடா பாட்டில், கே.எப்.பாட்டில், நாகம்மா பாட்டில், எஸ்.நிஜலிங்கப்பா, டி.சித்தலிங்கையா போன்ற தலைவர்களுடனான தொடர்பு மூலம் சித்தம்மாவின் போராட்டச் செயல்பாடுகள் விரிவடைந்தன. மன்னராட்சியில் இருந்த மைசூர் மாகாணத்தின், முதல் காங்கிரஸ் மாநாடு 1938 ஏப்ரலில் சிவ்பூரில் நடைபெற்றது. இதுவே சித்தம்மாவின் முக்கியமான திருப்பம் என்றும் சொல்லலாம். மாநாட்டில் கொடியேற்றும்போது கணீரென வந்தேமாதரம் பாடலை இசைத்தார் சித்தம்மா. கொடியேற்றிய தலைவர்கள் கைதாகினர்.

சித்தம்மாவும் டி.சுனந்தம்மா, யசோதரம்மா தாசப்பா, சுப்பம்மா ஜாய்ஸ் போன்ற பெண்களும் தாங்கள் கொடியை ஏற்றி, அதன் விளைவுகளைச் சந்திக்கத் தயார் என முழங்கினர். தேச விடுதலைப் போராட்டத்தில் ஷிவ்பூர் கொடி சத்தியாகிரகம் உணர்வெழுச்சி தருணங்களில் ஒன்றாக நிலைத்தது. மைசூர் மாகாணத்தின் காவலர்கள் இப்போராட்டத்தில் கைது செய்த முதல் பெண்

விடுதலைக் களத்தில் வீரமகளிர்

சித்தம்மாதான். கொடியை ஏற்றிய மறுகணமே கைது செய்தனர்.

தம்மை விடுதலை செய்யுமாறு மகாராஜாவிடம் வேண்டாமல் சிறை சென்ற துணிச்சலான பெண் என்று சித்தம்மாவின் பெருமை பேசிய பொதுமக்களிடையே சுதந்திர ஈடுபாடு பரவியது. விடுதலையானதும் மைசூர் மாகாணம் மட்டுமன்றி கர்நாடக மாநிலம் முழுவதும் பயணித்து குக்கிராமங்களிலும் விடுதலைப் போராட்டத்தை முன்னெடுத்தார் சித்தம்மா.

நூல் நூற்பு, கைத்தறி நெசவுப்பணியைக் கற்று சுதேசி இயக்கத்தில் பங்களிக்க பெண்களைத் தூண்டினார் சித்தம்மா. காதியைப் பிரபலப்படுத்தி வந்தார். குடிப்பழக்கத்திலிருந்து மக்களை மீட்பது அவர் பெருமுயற்சிகளில் ஒன்று. சித்ரதுர்கா மாவட்டம் துருவனூரில் எஸ்.நிஜலிங்கப்பா தலைமையில் கள் இறக்கத் தயாராக இருந்த மரங்களை வெட்டி வீழ்த்தும் போராட்டத்தில் ஈடுபட்டது சித்தம்மாவின் அரசியல் வாழ்வின் குறிப்பிடத்தக்க நிகழ்வு.

1942 வெள்ளையனே வெளியேறு இயக்க தருணத்தில் அவரை, கண்கொத்திப் பாம்பாக கவனித்து வந்த காவல்துறை கண்ணில் மண்ணைத் தூவிவிட்டு தலைமறைவு நடவடிக்கைகளை ஆதரித்தும் நடத்தியும் வந்தார் சித்தம்மா.

நாட்டுக்காகவும் பெண்முன்னேற்றத்திற்காகவும் அவரது தொண்டினைப் பாராட்டி தாமிரப் பத்திரம் வழங்கப்பட்டது.

உமா மோகன்

ராணி கைடின் லியு

நகரப்பகுதியோ கிராமப்பகுதியோ, வெகுஜன வாழ்வில் செய்திகளும் இயக்கங்களும் சென்று சேர்வதற்கும், மலைவாழ் மக்கள், பழங்குடியினருக்குச் சென்று சேர்வதற்கும் வித்தியாசங்கள் உண்டு. அதையும் மாற்றிய பெருமை நம் விடுதலைப் போருக்கு உண்டு.

1915 ஜனவரி 26, மணிப்பூரில் நுங்காகாவோ கிராமத்தில் பிறந்தவர் கைடின் லியு. தந்தை லோதனங், தாய் கரோட்லின் லியு. காபூலி என்று அழைக்கப்பட்ட பழங்குடியைச் சேர்ந்த குடும்பம். ஆறு சகோதரிகள், ஒரு தம்பி என எட்டுக் குழந்தைகள். கிராமத்து நாட்டாமை குடும்பமாக இருந்தபோதும், அப்பகுதியில் பள்ளிகள் இல்லாததால் குழந்தைகளுக்கு முறையான கல்வி பெறும் வாய்ப்பில்லை.

1927ஆம் ஆண்டு கைடின் லியு 13 வயதே ஆன சிறுமியாக

இருந்தபோது வாழ்க்கை மாறியது. அவருடைய உறவினர் (Haipou Jadonang) ஹெரகா என்ற இயக்கத்தை உருவாக்கி உள்ளூரின் முக்கியத் தலைவராக உருவாகிவந்தார். சொல்லப் போனால் அந்த இயக்கம் பழங்குடி மதத்தின் மறுபிறப்புதான்! கைடின் லியு இந்த அமைப்பில் சேர்ந்தார்.

அவர் மட்டுமல்ல பழங்குடியின் பல பிரிவு மக்களையும் இந்த இயக்கம் ஈர்த்தது. குறிப்பாக இந்த அமைப்பு பிரிட்டிஷ் எதிர்ப்பையும் முன்வைத்தது. லட்சியவாதத்தை ஏற்ற கைடின் லியு பிரதான சீடராக உருவாகிவந்த அதே வேளையில், மணிப்பூரில் சில வர்த்தகர்களைக் கொன்ற குற்றத்தின் பேரில் ஜடொனங்குக்கு தூக்கு தண்டனை விதிக்கப்பட்டது.

1931இல் அந்தத் தூக்கு தண்டனை நிறைவேற்றப்பட்டபின் கைடின் லியு அவரது ஆன்மிக மற்றும் அரசியல் வாரிசாகப் பரிமாணம் பெற்றார். வெளிப்படையாகவே ஆங்கில ஆட்சியை எதிர்த்துக் குரல் கொடுத்தார். தன் இன மக்களை வரி செலுத்த வேண்டாமென தடுத்தார். அதே நேரம் இவர் வார்த்தைகளுக்கு மதிப்பளித்து உள்ளூர் நாகா பழங்குடியினர், தன்னார்வலர்கள் இவரோடு சேர்வதும் நன்கொடைகள் வழங்குவதும் அதிகமானது.

பிரிட்டிஷ் அதிகாரிகள் கைடின் லியுவைத் தேட ஆணையிட்டனர். தற்போது அசாம், நாகாலாந்து, மணிப்பூர் என அமைந்துள்ள மாநிலங்களின் கிராமங்களூடாக காவல்துறையிடமிருந்து தப்பித்துக்கொண்டிருந்தார். அசாம் கவர்னர் அசாம் ரைபிள்ஸ் படைப்பிரிவின் இரண்டு பட்டாலியன்களை அனுப்பி தேடுதலைத் தீவிரப்படுத்த உத்தரவிட்டார். இவர் பற்றித் துப்பு தந்தால் பணப்பரிசு உண்டு என்ற வகையிலான அறிவிப்புகளில், எந்தக் கிராமம் கைடின் லியு குறித்து தகவல் தந்தாலும் 10 ஆண்டு வரிவிலக்கு அந்தக் கிராமத்துக்கே உண்டு என்பதும் அடக்கம்.

கைடின் லியுவின் தொண்டர்படை அசாம் ரைபிள்ஸ் படைப்பிரிவினரோடு ஆயுத தாக்குதலை எதிர்கொண்டது. 1932 அக்டோபரில் புலோமி கிராமத்தில் கைடின் லியு இருக்கும்போது அவர் ஆதரவாளர்கள் மரக்கோட்டை ஒன்றை உருவாக்கிக் கொண்டிருந்தனர். ஆங்கிலப்படை திடீர் தாக்குதல் மேற்கொண்டு அக்டோபர் 17இல் அதை அழித்தது. எதிர்க்க இயலாத கைடின் லியுவும் அவரது ஆதரவாளர்களும் சிறைப்பிடிக்கப்பட்டனர். அதே

ஆண்டு டிசம்பரில் இந்தக் கைதுக்குத் துப்பு கொடுத்திருக்கலாம் என்று சந்தேகத்தின் பேரில் ஒரு குக்கி காவலாளியை கைடின் லியு ஆதரவு கிராமவாசிகள் சிலர் கொன்றுவிட்டனர்.

இந்தக் கொலைப்பழி, கொலைக்கான சதி என்ற குற்றச்சாட்டுகளை முன்வைத்து 10 மாத விசாரணைக்குப்பின் கைடின் லியுவுக்கு ஆயுள் தண்டனை விதிக்கப்பட்டது. அவரது அணுக்கர்கள் பெரும்பாலும் தூக்கிலிடப்பட்டனர் அல்லது சிறைவாசம் பெற்றனர். 1933 முதல் 1947 வரை கௌஹாத்தி, ஷில்லாங், அய்ஜவால் துரா சிறைகளில் வைக்கப்பட்டார். 193இ4ல் கப்னி சமிதி என்ற பழங்குடி நல அமைப்பையும் தோற்றுவித்தார். பல புரட்சியாளர்கள், கைடின் லியு வழியைப் பின்பற்றி வரி செலுத்த மறுத்து, போராடினர். இருப்பினும் முக்கிய ஆதரவாளர்கள் கைது போன்ற காரணங்களால் ஜுடொனாங் இயக்கம் தேய்ந்தது.

1937இல் ஷில்லாங் சிறையில் சந்தித்த ஜவஹர்லால் நேரு இவர் குறித்து அறிந்து போற்றினார். மலைகளின் ராணி எனப் புகழ்ந்து ராணி கைடின் லியு என்றே குறிப்பிட்டு, பத்திரிகைகளில் எழுதினார். உறுதியளித்தபடி இவர் விடுதலைக்கு நேரு முயற்சித்தபோதும், ராணி விடுதலையானால் மீண்டும் பிரச்னை வரும் என ஆங்கில அரசு மறுத்துவிட்டது.

14 ஆண்டுகாலச் சிறைவாசத்துக்குப் பின் 1946இல் இடைக்கால அரசின் பிரதமராகப் பொறுப்பேற்ற நேருவின் உத்தரவின்படியே ராணி விடுதலை செய்யப்பட்டார். விடுதலையானதும் தன் இன மக்களின் மேம்பாட்டுக்காகச் செயல்பட்டுவந்த ராணி, தன் தம்பியோடு வேறு இடத்தில்தான் தங்கியிருந்தார். 1952இல்தான் சொந்த கிராமத்திற்குத் திரும்ப அவருக்கு அனுமதி கிடைத்தது.

நாகாலாந்து பிரிவினை தொடர்பாகப் பழங்குடி தலைவர்கள் சிலரோடு கருத்து மாறுபாடு காரணமாக மீண்டும் 1960இல் தலைமறைவு வாழ்க்கைக்குச் சென்ற கைடின் லியு 1966இல் இந்திய அரசுடன் ஒப்பந்தம் செய்துகொள்ளவே காடுகளிலிருந்து வெளிவந்தார். பிரதமர் சாஸ்திரியைச் சந்தித்தார். அவருடைய ஆதரவாளர்கள் சரணடைந்தனர். சிலர் நாகாலாந்து ஆயுத காவல்படைக்கும் தேர்ச்சியாகினர்.

1972இல் விடுதலை வீரர்களுக்கான தாமிரப்பத்திரம், 1982இல்

பத்மபூஷண், 1983இல் விவேகானந்தா சேவை விருது, மறைவுக்குப் பின் பிர்சா முண்டா விருது போன்றவை வழங்கப்பட்டன. 1991இல் கோஹிமாவிலிருந்து தன் பிறந்த ஊருக்குத் திரும்பி 78 வயதில், 1993 பிப்ரவரி 17 காலமானார் ராணி கைடின் லியு.

1996இல் அவர் நினைவாகச் சிறப்புத் தபால் தலையும், 2015இல் சிறப்பு நாணயம் ஒன்றும் இந்திய அரசால் வெளியிடப்பட்டது.

உமா மோகன்

அகல்யா ரங்கனேகர்

தேசவிடுதலைப் போராட்டத்தில் பல்வேறு கருத்துநிலை கொண்டவர்களும் மாறுபட்ட செயல்பாடுகள், மாறுபட்ட இயக்கங்களைச் சேர்ந்தவர்களும் களத்தில் இறங்கி சுதந்திர தேவியைத் தொழுதிட முனைந்த நாட்களைத் திரும்பிப் பார்த்துக்கொண்டு இருக்கிறோம்.

1922 ஜூலை 8 அன்று புனே மாவட்டத்தில் திரிம்பக் ரணதிவேயின் மகளாகப் பிறந்தவர் அகல்யா. தந்தை சிறந்த முற்போக்காளர். ஜோதிபாய் பூலேவின் சமூக சீர்திருத்த இயக்கத்தின் தளகர்த்தர். சாதியும் மதமும் மக்களைப் பிளவுபடுத்துவதை, தாழ்வுபடுத்துவதைக் கடுமையாக எதிர்த்தவர்.

அண்ணன் பி.டி.ரணதிவே தொழிற்சங்கத் தலைவராகவும்

விடுதலைக் களத்தில் வீரமகளிர்

கம்யூனிச இயக்க முன்னோடியாகவும் இயங்கிவந்தார். அகல்யாவும் சகோதரரின் கருத்துகளால் ஈர்க்கப்பட்டார். பள்ளிக் கல்வி முடித்து 1942இல் இளங்கலை பயில பெர்குசன் கல்லூரியில் சேர்ந்தார்.

ஆகஸ்ட் 1942இல் நாடு முழுவதும் வெள்ளையனே வெளியேறு இயக்கம் தீவிரமாக நடைபெற்றுக்கொண்டிருந்தது. இயக்கம் தொடங்கியதுமே தலைவர்கள் ஒட்டுமொத்தமாக சிறை வைக்கப்பட்டனர். இளைஞர்களின் எழுச்சியும் புதிய தலைவர்களின் உருவாக்கமும் சாத்தியமான தருணமாக அது மாறியது. கல்லூரி மாணவி ஆகிய அகல்யா தம் சக மாணவிகளை இணைத்துக்கொண்டு புனேயில் பிரிட்டிஷ் எதிர்ப்புப் போராட்டங்களையும் பேரணியையும் நடத்தியதன் விளைவாக சிறை செய்யப்பட்டார்.

கைவசமிருந்த வெள்ளை, ஆரஞ்சு, பச்சை சேலைகளைக் கொண்டு சிறையிலேயே தேசியக் கொடியைத் தயாரித்தார் அகல்யா. சிறைச்சுவர் ஓரம் பிரமிடுகளை உருவாக்கி, மேல் ஏறி சிறைச்சாலையில் தேசியக் கொடியேற்றும் துணிச்சல் மிக்கவராக இருந்தார். இந்தக் குற்றத்திற்காக சிறைவாசம் நீட்டிக்கப்பட, கல்லூரி நிர்வாகமோ அவரைக் கல்லூரியில் இருந்து நீக்கியது. பின் மும்பை ரூயா கல்லூரியில் சேர்ந்து படிப்பை முடித்தார் அகல்யா. பாடகி, நடிகை, விளையாட்டு வீரர் எனப் பன்முகத் தன்மையோடும் விருதுகளோடும் வெற்றிகரமாகப் படிப்பு முடிந்தது.

1943இல் உழைக்கும் பெண்களின் பிரச்னைகளைத் தீர்க்க பரேல் மகிளா சங்க் என்ற அமைப்பைத் தோற்றுவித்தார். நாட்டு விடுதலையோடு உழைக்கும் பெண்களுக்காகக் குரல் கொடுக்கவும் வாய்ப்பாக பொதுவுடைமை இயக்கத்தில் இணைந்தார். இந்த அமைப்பின் வளர்ச்சியே பின்னாளில் அகில இந்திய ஜனநாயக மாதர் சங்கமாக உருமாறியது.

மகாராஷ்டிராவில் மாணவர் சங்கம், இளைஞர் சங்கம் எனத் தொடர்ந்து செயல்பட்டு வந்த பொதுவுடைமைத் தலைவரான பாண்டுரங் பாஸ்கர் ரங்கனேகரை 1945ஆம் ஆண்டு அகல்யா

மணம் செய்தார்.

1946 பிப்ரவரி *22*, வரலாற்று முக்கியத்துவம் வாய்ந்த ராயல் இந்திய கப்பற்படை எழுச்சி வெடித்தது. பெரும் கட்சிகளாக இருந்த காங்கிரசும் முஸ்லீம் லீகும்கூட இந்த நடவடிக்கையின் வெற்றியை நம்பாத காரணத்தால் ஆதரிக்கவில்லை. பொதுவுடைமை அமைப்பும் தொழிலாளர் அமைப்பும் இதை ஆதரிக்க மும்பை தொழிலாளர்கள் ஆயிரக்கணக்கில் வீதியில் இறங்கிப் போராடினர். மாதர் அமைப்புகளின் சார்பில் அகல்யா போராட்டக்காரர்களுக்கு உணவளிக்கும் முக்கியப் பணியை மேற்கொண்டார்.

*1946*இல் தொழிலாளர்களை அடக்கிட பிரிட்டிஷ் அரசு கொடிய தாக்குதலை நடத்தியது. துப்பாக்கிச் சூட்டில் பலர் பலியாகினர். கமல் பாண்டே என்ற அகல்யாவின் தோழியும் அதில் ஒருவர். அகல்யாவின் சகோதரி குசும் ரணதிவே காலிலும் குண்டுகள் பாய்ந்தன. அகல்யா உடலிலும் தோட்டாக்கள் சில பாய்ந்த போதும் உயிர் பிழைத்து, போராட்டத்திலேயே இருந்தார்.

விடுதலைக்கு பிறகு தொழிற்சங்க, மாதர் சங்க நடவடிக்கைகளின் வழி மக்களோடு இணைந்திருந்த எளிய தலைவர். நகராட்சி கவுன்சிலராகவும் பின்னர் நாடாளுமன்ற உறுப்பினராகவும் தேர்ந்தெடுக்கப்பட்ட அகல்யா பதவியில் இல்லாதபோதும் மக்கள் எளிதில் அணுகக்கூடிய தலைவராகத் தன் தள்ளாத வயதுவரை பொதுவாழ்வில் நீடித்தார்.

2009 ஏப்ரல் *19* அன்று தனது *86*ஆம் வயதில் மறைந்தார் அகல்யா ரங்கனேகர். அகல்யா அக்கா என்ற பொருளில் அகல்யாதாய் என மாராத்தியில் அழைக்கப்பட்டவரின் பிறந்த நூற்றாண்டு இது.

நீலாவதி இராமசுப்ரமணியன்

பன்முகப்பட்ட கலை, கலாச்சார, மொழி சமுதாயத்தைக் கொண்ட இந்தியாவில் பன்முகப்பட்ட சிந்தனைகளும் கருத்தாக்கங்களும் பன்மைத்துவத்தோடு உருவாகி நிலவியிருக்கிறது. விடுதலைப் போராட்டத்தில் அனைவரும் ஒருமுகமாக நின்றது சிறப்பு.

நீதிக்கட்சி பிரமுகராகவும் தொழிலதிபராகவும் திருச்சியில் வாழ்ந்த எஸ்.ஏ.கே. கலியபெருமாளின் மகளாக 1913ஆம் ஆண்டு ஜனவரி 23இல் பிறந்தார் நீலாவதி. தந்தை பெரியாருடன் நெருங்கிய தொடர்பு கொண்டவர் கலியபெருமாள். இந்தச் சூழலில் வளர்ந்த நீலாவதியும் பகுத்தறிவு சிந்தனையோடு தன்னைப் பிணைத்துக்கொண்டு வளர்ந்தார். வாசிப்பு அவரை

உமா மோகன்

எழுத்தாளராக்கியது. பள்ளிப் பருவத்திலேயே குமரன், குடியரசு, திராவிடன் போன்ற இதழ்களில் கட்டுரை எழுதியிருக்கிறார்.

1930இல் குமரன் இதழின் துணையாசிரியராகப் பணியாற்றிக் கொண்டிருந்த இராமசுப்ரமணியம் என்பவரைத் திருமணம் செய்துகொண்டார். இந்தச் சாதி மறுப்புத் திருமணத்தை தந்தை பெரியார் நடத்தி வைத்தார்.

தீண்டாமை ஒழிப்பை வலியுறுத்தி சமபந்தி விருந்து நடத்துவது, சாதி மறுப்புத் திருமணங்களை நடத்தி வைப்பது போன்றவை நீலாவதி அம்மையாரின் தொடர் செயல்பாடானது. 1933இல் காந்தியடிகள் தமிழகத்தில் சுற்றுப்பயணம் மேற்கொண்டிருந்தார். அப்போது நீலாவதி அண்ணலை திருச்சியில் சந்தித்து உரையாடினார்.

முன்னுரிமை கொடுக்கப்பட வேண்டியது அரசியல் விடுதலைக்கா, சமூக விடுதலைப் போராட்டத்திற்கா என்று காந்தியடிகளை அவர் வினவ, மகாத்மா நாட்டு விடுதலைப் போராட்டத்துக்கு முன்னுரிமை அளிப்பதோடு, சமூக விடுதலைக்கான பணிகளையும் கூடவே மேற்கொள்ள வேண்டும் எனப் பதில் தந்தார். இந்த உரையாடல் நீலாவதி அம்மையாரின் செயல்வழியைச் சற்றே மடைமாற்றியது. பட்டாடையும் தங்க நகைகளும் அணிந்திருந்த அம்மையாரை கதர் கட்டும்படி அறிவுறுத்தினார் மகாத்மா. அதையேற்று அணிகலன்களைக் குறைத்து கடைசி வரை கதர் மட்டுமே உடுத்தும் வழிக்கு மாறிவிட்டார் நீலாவதி.

1936இல் ஜவஹர்லால் நேரு திருச்சி வந்தபோது நீலாவதியின் இல்லத்தில் தங்கினார். மாநிலம் முழுவதும் விடுதலைப் போரைத் தமது பேச்சாற்றலால் முன்னெடுத்தார் நீலாவதி. 1940இல் சென்னை மாவட்ட மாதர் காங்கிரஸ் தலைவராகத் தேர்வு செய்யப்பட்டார்.

1941இல் தனிநபர் சத்தியாகிரகத்தில் ஈடுபட்டதற்காக 4 மாத சிறைவாசமும் 200 ரூபாய் அபராதமும் விதிக்கப்பட்டது. நீதிமன்றத்திலிருந்து சிறைக்குப் பெண்களை அழைத்துச் செல்ல பெண் துணை கிடைக்காததால் எழும்பூர் நீதிமன்ற சிறையிலேயே வைக்கப்பட்டிருந்திருக்கிறார். கடும் மழையினால் சிறைக் கொட்டடியில் தண்ணீர் புகுந்துவிட முழங்கால் அளவு

தண்ணீரில் விடிய விடிய நின்றுகொண்டிருந்து, மறுநாள் வேலூர் சிறையில் அடைக்கப்பட்டார்.

விடுதலைக்குப்பின் இலக்கியப் பண்ணை என்ற அமைப்பைத் தொடங்கி நடத்தியிருக்கிறார்; தமிழிசை இயக்கத்திலும் செயல்பட்டார். சிந்தனையிலும் செயல்திறனிலும் வீரியமிக்க முன்னோடியாகச் செயல்பட்ட நீலாவதி அம்மையார் 1982 பிப்ரவரி 22 அனறு காலமானார்.

உமா மோகன்

துர்காதேவி வோரா

அஹிம்சையின் தடத்தில் லட்சோப லட்சம் மக்களை அண்ணல் வழிப்படுத்திக் கொண்டிருந்த அதே காலக்கட்டத்தில் புரட்சி நடவடிக்கைகளும் நடைபெற்றுக் கொண்டுதான் இருந்தன. அவற்றிலும் பெண்கள் பங்களித்தனர்.

அலகாபாத்தில் குடியேறிய குஜராத்தி குடும்ப மகளாக 1907 அக்டோபரில் பிறந்தவர் துர்காதேவி. தாத்தா காவல்துறை அதிகாரியாகவும் தந்தை பண்டிட் பங்கே பீஹாரி, அலகாபாத் கலெக்டர் அலுவலக அதிகாரியாகவும் வெள்ளை அரசுக்குப் பணியாற்றி வந்தனர். தாய் மிக இளம் வயதிலேயே மறைந்தார். 11 வயதிலேயே லாகூரைச் சேர்ந்த செல்வந்த குடும்பத்தில் பகவதி சரண் வோராவின் மனைவியானார் துர்கா.

விடுதலைக் களத்தில் வீரமகளிர்

வோரா, விடுதலைப் போராட்ட புரட்சியாளர்களோடு இணைந்து போராட முடிவு செய்தார். பகத்சிங் உள்ளிட்டோரின் ஆதரவுடன் ஹிந்துஸ்தான் சோசலிஸ்ட் ரிப்பளிக்கன் அசோசியேஷன் என்ற அமைப்பை உருவாக்கினார். இப்பணியில் கணவரோடு தேவியும் முக்கியப் பங்கு வகித்தார். தனது அணிகலன்கள், பணம் எல்லாவற்றையும், புரட்சிக்குத் தேவையான தளவாடங்களும் ஆயுதங்களும் வாங்க இந்த அமைப்பிடம் கொடையளித்தார் துர்காதேவி. அங்கிருந்தவர்களுக்கு துர்காபாபி என நெருங்கிய உறவாயினார். ஆயுதங்களையும் அத்தியாவசிய பொருட்களையும் கொண்டு சேர்ப்பது அவர் வேலையாக இருந்தது.

லாலா லஜ்பதி ராயின் மரணத்துக்குக் காரணம் என ஜான் சாண்டர்ஸன் லாகூரில் கொல்லப்பட்டான். இதன் பிறகு தலைமறைவாக இருந்த பகத்சிங், ராஜகுரு, சுகதேவ் மூவருக்கும் துர்காவே அடைக்கலம் அளித்தார். இந்தக் காலக்கட்டத்தில் பலமுறை தேவி கண்காணிக்கப்பட்டிருக்கிறார். மூன்று வயது மகனோடு, பகத்சிங்கைக் காவலர் கண்ணில் மண்ணைத் தூவிக் காப்பதற்காக அவர் மனைவியாகக்கூட நடித்திருக்கிறார்.

இதனிடையே, லாகூர் சிறையில் ஒரு வெடிகுண்டு சோதிக்கும் முயற்சியில் கணவர் வோரா உயிரிழக்க, இத்துயரில் ஒரு வேளை போராட்ட வாழ்விலிருந்து தேவி விலகிவிடுவார் எனப் பலரும் நினைத்திருக்க, துர்காவின் சுதந்திர ஆவேசம் குறையாது தொடர்ந்தது. பகத்சிங்கை விடுதலை செய்யக் கோரி நடந்த போராட்டங்களின் ஊர்வலங்களின் முக்கிய ஏற்பாடுகள் தேவி செய்தவை.

புரட்சியாளர்கள் சிலர் கைது செய்யப்பட்ட சூழலில் பஞ்சாப் கவர்னர் மால்கம் ஹெய்லியைக் கொல்லும் திட்டத்தைத் தானே செயலாக்கவும் முனைந்தார். முயற்சி தோல்வியடைய துர்காதேவி கைது செய்யப்பட்டார். விடுதலை செய்யப்பட்ட பின் மீண்டும் ஹெய்லியைக் கொல்ல முனைந்தார். இம்முறை மூன்றாண்டு சிறை!

1935க்குப் பிறகு அரசியலிலிருந்து விலகி லக்னோவில் ஏழைக் குழந்தைகளுக்கான பள்ளி ஒன்றை நடத்திவந்தார். 1999 அக்டோபர் 15இல் காஜியாபாதில் காலமானார்.

எஸ்.என்.சுந்தராம்பாள்

மகாத்மாவின் கூட்டத்தையோ பேச்சையோ போராட்டத்தையோ அவதானிப்பதன் ஒரு தருணத்தில் போராட்டத்தில் இறங்கிவிட்ட ஆயிரமாயிரம் தொண்டர்களில் கணிசமான பெண்களும் இருந்தனர்.

1913 அக்டோபர் 7, திருப்பூர் அருகேயுள்ள குப்பாண்டம்பாளையத்தில் மணியக்காரரும் நிலக்கிழாருமாக விளங்கிய எஸ்.நாச்சிமுத்துக் கவுண்டரின் மகளாகப் பிறந்தவர் சுந்தராம்பாள்.

திருப்பூர் நகர காங்கிரஸ் தலைவராக இருந்த கே.எஸ். ராமசாமி கவுண்டர் இவர்களது நெருங்கிய உறவினர். திருப்பூர் வந்த காந்தியடிகள் அவர் வீட்டில்தான் தங்கியிருந்தார்.

சுந்தராம்பாள் அங்கு அடிக்கடி செல்வார். காந்தியடிகள் பங்கேற்ற கூட்டத்திற்கும் சென்றிருந்தார். அண்ணலின் வேண்டுகோளை ஏற்று 14 வயதேயான அச்சிறுமி விடுதலைப் போராட்ட நிதிக்குத் தன் தங்கவளையலைக் கழற்றி அவரிடம் கொடுத்தார்.

கதர் அணியவும் விடுதலைப் போரில் நேரடியாகவும் ஈடுபடவும் அடிகள் விடுத்த அழைப்பு... சுந்தராம்பாள் மனதை ஈர்த்துவிட்டது. அன்றிலிருந்து கடைசி வரை கதர்தான் அணிந்தார்.

தீண்டாமை ஒழிப்பு, மதுவிலக்கு, கதர் பிரசாரம் உள்ளிட்ட அனைத்துப் புனர்நிர்மாணத் திட்டங்களிலும் இயக்கங்களிலும் கலந்துகொண்டார். திருப்பூரில் கதர் உற்பத்தி, விற்பனை, பயிற்சிமையத்துக்கான 22 ஏக்கர் இடத்தைச் சொற்பவிலைக்கு வழங்கியது அவர் குடும்பம்.

1941இல் தனிநபர் சத்தியாகிரகம் தொடங்கியது. மூன்று மாதக் குழந்தையான இளைய மகனை எடுத்துக்கொண்டு சென்னை நோக்கி நடைப்பயணமாகக் கிளம்பினார். கைக்குழந்தையுடன் கைது செய்து மூன்று மாதம் சிறையில் வைத்தனர். 1942இல் வெள்ளையனே வெளியேறு இயக்கத்தில் பங்குபெற்றதால் ஏழு மாதங்கள் சிறைவைக்கப்பட்டார்.

1943-ம் ஆண்டில் பல்லடம் தாலுகா காங்கிரஸ் கமிட்டி தலைவராகத் தேர்ந்தெடுக்கப்பட்டார். அப்போது தடையை மீறி கூட்டம் நடத்தியதற்காக மீண்டும் 3 மாத சிறைத் தண்டனை கிடைத்தது. விடுதலைக்குப்பின் விவசாயிகள் நலன் காக்கும் போராட்டங்களை முன்னெடுத்து வந்தார்.

வினோபாவின் திருப்பூர் வருகையின் போது சுந்தராம்பாள் அவரோடு தொடர்ந்து உரையாடல்கள் மேற்கொண்டு வந்தார். அதன் தொடர்ச்சியாக இரண்டரை ஏக்கர் பரப்பில் தன் சொந்த இடத்தில் காந்தி சுந்தராம்பாள் சேவாமந்திரை உருவாக்கினார். அங்கேயே தங்கி ஆதரவற்ற குழந்தைகளுக்கு இறுதி காலம் வரை தொண்டு புரிந்துவந்த எஸ்.என்.சுந்தராம்பாள், 2007 ஆகஸ்ட் 20 அன்று காலமானார்.

உமா மோகன்

சுனிதி சௌத்ரி

புரட்சி இயக்கங்கள் உலகெங்கும் அடிமைப்பட்ட நாடுகளில் உதயமாகிவந்தன. ரத்த ஆறுகளால் புவிப்பந்து நனைந்தது. பெரும்போர்களில் மட்டுமல்ல... இது போல் சுதந்திர தாகம்கொண்ட இயக்கவாதிகளாலும்தான்!

1917 மே *22*, தற்போதைய வங்கதேசத்தில் அமைந்திருந்த கோமில்லாவில் உமாசரண் சௌத்ரி, சரசுந்தரி சௌத்ரி தம்பதியருக்கு மகளாகப் பிறந்தார் சுனிதி சௌத்ரி.

பள்ளியில் பயின்று கொண்டிருந்த காலத்திலேயே அவ்வூரில் அப்போதிருந்த உல்லாஸ்கர் தத்தா என்பவரின் புரட்சி நடவடிக்கைகளைக் கேள்விப்பட்டு, போராட்டத்தின்பால் ஈர்க்கப்பட்டார். அரவிந்தகோஷ் உள்ளிட்டோரால் தொடங்கப்பட்ட யுகாந்தர் இயக்கத்துக்குத் தேர்வானார். திரிபுரா ஜில்லா சாத்ரி

சங்கா என்ற அமைப்பிலும் சேர்ந்தார். 1931 மே 6 நடைபெற்ற அந்த அமைப்பில் வருடாந்திர மாநாட்டில் பெண் தொண்டர் படைத் தலைவியாகத் தேர்ந்தெடுக்கப்பட்டார்.

அந்தச் சமயங்களில் அவர் மீராதேவி என்று அழைக்கப்பட்டார். துப்பாக்கி உள்ளிட்ட வெடிபொருள், ஆயுதங்களின் பாதுகாவலராகத் தேர்ந்தெடுக்கப்பட்டார். சாத்ரி சங்கா அமைப்பின் பெண் உறுப்பினர்களுக்கு கம்பு, கத்தி, வாள்சண்டை பயிற்சிக்குப் பொறுப்பேற்றிருந்தார்.

1931 டிசம்பர் 14 சுனிதி சௌத்ரி அவர் தோழி சாந்திகோஷ் உடன் கோமில்லாவின் மாவட்ட நீதிபதி சார்லஸ் ஜெப்ரி பக்லேண்ட் ஸ்டீவன்ஸ் என்பவரைச் சந்திக்க சென்றனர். தங்கள் வகுப்புத் தோழிகளுக்கான நீச்சல் போட்டிக்கான அனுமதி கேட்டு ஒரு மனுவைக் கொண்டு வந்த 16 வயதேயான அந்தப் பெண்களிடம் கலெக்டரின் விதி முடியும் என யார் நினைத்தார்கள்? மனுவை வாசித்துக்கொண்டிருந்த வெள்ளையரை இரு பெண்களும், தங்கள் துப்பட்டாவில் மறைத்துக்கொண்டு வந்திருந்த துப்பாக்கிகளை எடுத்து, சராமரியாகச் சுட்டுக் கொன்றனர்.

கைது செய்து இருவரும் சிறையிலடைக்கப்பட்டனர். 1932 பிப்ரவரியில் கல்கத்தா நீதிமன்றம் மைனர் பெண்களான இருவருக்கும் 10 ஆண்டு சிறைத் தண்டனை விதித்தது. கருத்துக் கேட்ட பேட்டி ஒன்றில் இப்படிக் குதிரைக் கொட்டடியில் அடைபடுவதற்குத் தூக்குதண்டனை பெற்றிருக்கலாம் எனத் தங்கள் ஏமாற்றத்தைத் தெரிவித்தனர்.

மிக மோசமான சிறையாகிய ஹிஜ்லியில் மூன்றாந்தரக் கைதியாக அடைக்கப்பட்டார் சுனிதி. இவர் செயலின் விளைவு குடும்பத்தைப் பெரிதும் பாதித்தது. தந்தையின் அரசு ஓய்வூதியம் நிறுத்தப்பட்டது. மூத்த சகோதரர்கள் இருவரும் விசாரணையின்றி சிறையில் அடைக்கப்பட்டனர். தம்பி ஊட்டச்சத்து குறைவால் அவதியுற்று இறந்தார்.

ஏழாண்டுகள் சிறையில் கழிந்தது. காந்திஜி வெள்ளை ஆட்சியாளர்களோடு நடத்திய பேச்சுவார்த்தைகளின் அடிப்படையில் மனித உரிமை என்ற கோணத்தில் சுனிதி சௌத்ரியும் சாந்தியும் 1939இல் விடுதலை செய்யப்பட்டனர்.

இந்தியர்களின் பேச்சுரிமை உள்ளிட்ட அடிப்படை உரிமைகளைக் கட்டுப்படுத்திய வெலிங்டன் பிரபுவின் சட்டத்திற்கான எதிர்ப்புக் குரல் என ஸ்டீவன்ஸ் படுகொலையை மேற்கத்திய பத்திரிகைகள் கருதின. இந்தியத் தரப்பில் பிரிட்டிஷ் கலெக்டர்களின் அதிகார அத்துமீறல், பெண்களை வல்லுறவு செய்வது போன்றவற்றுக்கான எதிர்ப்பு அடையாளம் எனச் சொல்லப்பட்டது.

விடுதலைக்குப் பின் சுனிதி மருத்துவம் படித்து பணிபுரிந்தார். 1947இல் தொழிற்சங்கத் தலைவர் ப்ரத்யுத் குமார் கோஷ் என்பவரை மணந்தார். 1988 ஜனவரி 12இல் காலமானார்.

எஸ்.ஆர். கண்ணம்மாள்

வணிகக் குடும்பங்கள் பொருள்வளம் பெருக்குவதும் ஈட்டிய பொருளை அனுபவிப்பதும் இயல்பாக இருப்பது. அக்குடும்பத்தில் ஒருவர் சிந்தனைவழி பயணித்தால் மற்றவர் துணைநிற்பது சற்று அபூர்வம்தான்.

ஈரோட்டில் தன் உழைப்பால் பெருந்தன வணிகராக உயர்ந்த வெங்கட்ட நாயக்கருக்கு நான்கு மக்கள். கிருஷ்ணசாமி, இராமசாமி, பொன்னுத்தாயி, கண்ணம்மாள். ஈ.வெ.ராமசாமியை நாம் தந்தை பெரியாராக அறிவோம். அவரது கடைசி தங்கையாகப் பிறந்தவர்தான் கண்ணம்மாள். 1891இல் கண்ணம்மா பிறந்த போது பெரியார் அவரைவிட 12 வயது மூத்தவராக இருந்தார்.

உமா மோகன்

தீவிர வைணவ சம்பிரதாயத்தில் ஊறியிருந்த குடும்பம். ஆயினும் பெரியார் பகுத்தறிவு சிந்தனைகளை முன்வைத்தபோதும் தேசப்பற்றை வெளிப்படுத்தியபோதும் உடன்பிறந்தார் மூவரும் உடன் நின்றனர். பொன்னுத்தாயி, கண்ணம்மாள் இருவருக்கும் அண்ணன் கல்யாணசுந்தரம், தம்பி இராமசாமி என அண்ணன் தம்பிகள் மணமகன்களாகினர்.

பொன்னுத்தாயி மகள் அம்மாயி அம்மாள். இளம் வயதிலேயே விதவையாகிவிட, பெரியார் முன்னெடுப்பில் அவருக்கு மறுமணம் நடைபெற்றது. இன்னொரு சகோதரியான கண்ணம்மாளுக்கு குழந்தைகள் இல்லை. தன் அண்ணன் கொள்கையிலும் இயக்கத்திலும் தீவிர பற்றோடு இயங்கியுள்ளார். கதர் உடுத்தி காங்கிரஸ் கொள்கைகளை ஏற்றவர். மாநில காங்கிரஸ் உறுப்பினராக மேடைகளில் சொற்பொழிவாற்றியுள்ளார்.

காங்கிரஸின் முக்கியமான கொள்கையான மதுவிலக்கை வலியுறுத்த கள்ளுக்கடை மறியல் என முடிவு செய்யப்பட்டது. இதில் தீவிரமாகச் செயல்பட்ட பெரியார், தமது தோட்டத்தில் இருந்த சுமார் 500க்கும் மேற்பட்ட தென்னைமரங்களை ஒரே நாளில் வெட்டிவீழ்த்தினார்.

நாகம்மையாரும் கண்ணம்மாளும் பெரும் வீராங்கனைகளாகக் களம் புகுந்தனர். ஈரோட்டில் 144 தடையுத்தரவு பிறப்பிக்கப்பட்டிருந்தது. ஆயினும் இவர்கள் ஆயிரக்கணக்கானோரைத் திரட்டி அணி வகுத்தனர். இவ்வளவு பேரைக் கைது செய்தால் எங்குதான் அடைத்து வைப்பது? வேறு வழியின்றி 144 தடையுத்தரவை விலக்க அரசு முன்வந்தது. 1922 ஜனவரி 9இல் இச்செய்தி நாளேடுகள் வழி நாடெங்கும் பரவியது.

ஒத்துழையாமைப் போரை நிறுத்த பேச்சுவார்த்தைக்கு அரசு முன்வந்தது. காங்கிரஸ் தலைவர் பண்டித மாளவியா போன்றோர் காந்தியடிகளிடம் கள்ளுக்கடை மறியலை நிறுத்திவிட்டு, வேறு நடவடிக்கை தொடங்கலாம் எனக் கேட்டனர். அண்ணலோ, "அது என் கையில் இல்லை. ஈரோட்டில் உள்ள நாகம்மாள், கண்ணம்மாள் இருவருமே முடிவு செய்ய வேண்டும்" என்றுரைத்தார்.

1924 மே மாதம் 23 அன்று வைக்கம் போராட்டத்தில் ஈடுபட்டு பெரியார் கைதான பின் தடையை மீறிப் போராட நாகம்மையார்,

விடுதலைக் களத்தில் வீரமகளிர்

கண்ணம்மாள் இருவரும் தம்முடன் சில பெண்களை அழைத்துச் சென்று போராடினர்.

இவர்களை எப்படி நடத்துவது என்ற முன்னுதாரணம் இல்லாத காரணத்தால் யோசித்துக்கொண்டிருந்தார், அங்கிருந்த காவல்துறை ஆய்வாளர். இறுதியாகப் பெண்களுக்கென்று தனிச் சலுகை கிடையாது, ஆண்களுக்கு உள்ள அதே முறைப்படி கையாளுங்கள் என கமிஷனர் வந்து உத்தரவிட்டிருக்கிறார். அப்படிப்பட்ட முன்னோடிகள்!

1930களில் குடியரசு இதழின் வெளியீட்டாளராகவும் பதிப்பாளராகவும் கண்ணம்மாள் இருந்துள்ளார். 1933 அக்டோபர் 10, இன்றைய ஆட்சி ஏன் ஒழிய வேண்டும் எனக் கட்டுரை வெளியிட்டதற்காக, டிசம்பர் 20இல் பெரியாரும் அவர் தங்கை எஸ்.ஆர். கண்ணம்மாவும் கைது செய்யப்பட்டனர். ராஜ நிந்தனை குற்றம் சாட்டி பெரியாருக்கு ஆறு மாதங்கள் சிறை, 300 ரூபாய் அபராதம் கட்டத் தவறினால் ஒரு மாதம் கூடுதல் சிறை என்றும் கண்ணம்மாளுக்கு மூன்று மாதங்கள் சிறை 300 ரூபாய் அபராதம், கட்டத் தவறினால் ஒரு மாதம் கூடுதல் சிறைத்தண்டனை என்றும் தீர்ப்பு விதிக்கப்பட்டது.

புரட்சி இதழின் வெளியீட்டாளர் என்ற முறையில் 1934இல் இன்னொரு வழக்கு. இதில் 100 ரூபாய் அபராதம் கட்டத் தவறினால் ஒரு மாதம் சிறை எனவும் தீர்ப்பானது.

ஈரோடு நகரமன்ற உறுப்பினராக இருந்தபோது பெண்ணைப் பெருமளவில் பணிக்கு அமர்த்த வேண்டுமெனத் தீர்மானங்களைக் கொண்டுவந்திருக்கிறார். நகராட்சி இயக்குநராகவும் பணியாற்றியிருக்கிறார் கண்ணம்மாள்.

சமூகக் கண்ணோட்டமும் பெண் விடுதலை உணர்வும் கொண்டு வாழ்ந்த எஸ்.ஆர். கண்ணம்மாள் 1971இல் தனது எண்பதாவது வயதில் மறைந்தார்.

உமா மோகன்

சாந்தி கோஷ்

விவரம் தெரியாத வயது, விவரம் தெரியாத பாலினம் என்றெல்லாம் பதின்வயதுச் சிறுமியர் பற்றிய பார்வை இருக்கையில், புரட்சியினால் தாய்த்திருநாட்டின் விடுதலையைப் பெற்றுவிட முடியும் எனத் தன்னையே அர்ப்பணித்த பெண்கள் நம் விடுதலை இயக்கத்தில் இருந்தனர்!

1916 நவம்பர் 22, தேவேந்திரநாத் கோஷ் மகளாக கொல்கத்தாவில் பிறந்தார் சாந்தி. தேவேந்திரநாத் கிழக்கு வங்கத்தின் கோமில்லாவில் இருந்த விக்டோரியா கல்லூரியில் தத்துவப் பேராசிரியராகப் பணியாற்றி வந்தார். தேசிய சிந்தனை உள்ளவரும்கூட.

பள்ளிப் பருவத்திலேயே சாந்தியை புரட்சிகர அரசியல் இழுத்தது. தன் பள்ளியிலேயே பயின்ற ப்ரொபுல்லா நந்தினி ப்ரமா

விடுதலைக் களத்தில் வீரமகளிர்

என்பவரால் ஈர்க்கப்பட்டு யுகாந்தர் இயக்கத்தில் சேர்ந்தார். பிரிட்டிஷ் ஆட்சியை விரட்ட புரட்சிகர ஆயுதமேந்திய அமைப்பே யுகாந்தர் இயக்கம். தற்காப்புக்காக குறுவாள், கத்தி, துப்பாக்கி ஏந்தவும் பயிற்சி பெற்றார் சாந்தி. மாணவியர் சங்கத்தின் நிறுவனர்களில் ஒருவரான சாந்தி, அதன் செயலாளராகவும் இருந்தார்.

1931 டிசம்பர் 14, தன் சக இயக்கவாதியான சுனிதி சௌத்ரியுடன் சாந்தி கோஷ் சென்ற இடம் கோமில்லா மாஜிஸ்திரேட் சார்லஸ் புக்லேண்ட் ஸ்டீவன்ஸ் அலுவலகம். கிறிஸ்துமஸுக்கு அவர் இங்கிலாந்து சென்றுவிடக்கூடும் என்பதால் இனிப்புகள் வழங்கவந்ததாகச் கூறி நுழைந்தனர். அவர் இனிப்புகளை ருசித்திருந்த நேரம் தயக்கமின்றி மறைத்து வைத்திருந்த தானியங்கி பிஸ்டல்களைக் கொண்டு சுட்டுக் கொன்றதாகச் சொல்லப்பட்டது.

உடனடியாக உள்ளூர் சிறையில் அடைக்கப்பட்டார். 1932 பிப்ரவரியில் சுனிதியும் சாந்தியும் கொல்கத்தா நீதிமன்றத்தினால் பத்தாண்டு சிறைத்தண்டனை விதிக்கப்பட்டனர். தூக்குத் தண்டனை பெற்று உயிரை தேசத்திற்கு அளித்த தியாகியாக முடியாததற்காக ஏமாற்றமடைந்ததாக சாந்தி தெரிவித்தார். கடுமையான தாக்குதல்களையும் அவமானங்களையும் சிறையில் தாங்கினார். காந்தியடிகள் நடத்திய பேச்சுவார்த்தையின் விளைவாக 7 ஆண்டு சிறைவாசத்திற்குப் பின் 1939இல் விடுதலை கிடைத்தது.

விடுதலை பெற்ற பின் கல்வியை சில காலம் தொடர்ந்த சாந்தி பொதுவுடைமை இயக்கத்திலும் பின்னர் இந்திய தேசிய காங்கிரஸிலும் இணைந்தார். பேராசிரியர் சித்தரஞ்சன் தாஸை மணம்புரிந்தார். மேற்கு வங்க சட்ட மேலவையிலும் பேரவையிலும் உறுப்பினராகப் பதவி வகித்தார். 1989இல் சாந்தி கோஷ் காலமானார்.

ராஜ்குமாரி குப்தா

மிக எளிய பின்புலத்தில் பிறந்து, தனக்கு என்ன கிடைக்கும் என யோசிக்காது பொதுநலனுக்காகத் துன்புற்றவர்களின் தியாகத்தால் உருவாகியுள்ளது சுதந்திரபூமி! அஹிம்சைப் போரோ ஆயுதப் போரோ அவர்கள் நோக்கம் விடுதலையாகத்தானே இருந்தது!

1902, கான்பூரில் உள்ள பண்டாவில் ஒரு மளிகைக் கடைக்காரரின் மகளாகப் பிறந்தவர் ராஜ்குமாரி குப்தா. அக்கால வழக்கப்படி 13 வயதிலேயே திருமணமானது. கணவர் மதன்மோகன் குப்தா காங்கிரஸ் நடவடிக்கைகளில் தீவிர ஈடுபாடுகொண்டிருந்தார். அதே நேரம் புரட்சிகர செயல்பாடுகளும் அவரை ஈர்த்தன. மகாத்மா காந்தியின் அழைப்பையேற்று ஒத்துழையாமை இயக்க நடவடிக்கைகளில் மதன்மோகனும் ராஜ்குமாரியும் ஈடுபட்டனர். அதே நேரம் சந்திரசேகர ஆசாதோடு அவர்களுக்கு அறிமுகம் நெருக்கமானது.

விடுதலைக் களத்தில் வீரமகளிர்

ஒருகட்டத்தில் ராஜ்குமாரி சந்திரசேகர ஆசாதின் ரகசியச் செயல்பாடுகளுக்குத் தொடர்ந்து உறுதுணையானார். குடும்பத்தினருக்குத் தெரியாமல் செய்திகளையோ பொருட்களையோ ஆசாதிடமிருந்து மற்ற புரட்சியாளர்களுக்குக் கொண்டு சேர்ப்பது அவர் வழக்கமானது. பின்னாளில் பகத்சிங் தலைமையேற்ற சந்திரசேகர ஆசாதின் குழுவினர் அலகாபாதில் இருந்தனர். அவர்களோடு ராஜ்குமாரி நெருங்கிய தொடர்பு கொண்டிருந்தார். பின்னாளில் பிரசித்தி பெற்ற காக்கோரி ரயில் கொள்ளை சதி சம்பவத்தில் ராஜ்குமாரியின் பங்கு பெரிதும் பேசப்படவில்லை. இச்சம்பவத்துக்காக, புரட்சியாளர்களுக்கு ஆயுதங்களைக் கொண்டு சேர்க்கும் பொறுப்பு ராஜ்குமாரி குப்தா வசம் ஒப்படைக்கப்பட்டிருந்தது.

எச்ஆர்ஏ என்ற இவர்களது அமைப்புக்கு ஆயுதம் வாங்க நிதி தேவைப்பட்டது. லக்னோவிலிருந்து வழியில் உள்ள ரயில் நிலையங்களின் வசூலை எடுத்துக்கொண்டு போன ரயிலைக் கொள்ளையடிக்கத் திட்டமிட்டனர். இச்சம்பவத்துக்காகப் புரட்சியாளர்களுக்கு ஆயுதங்களைக் கொண்டு சேர்க்கும் பொறுப்பு ராஜ்குமாரி குப்தா வசம் ஒப்படைக்கப்பட்டிருந்தது. இதற்காகத் தன் ஆடைக்குள் துப்பாக்கி, தோட்டா போன்றவற்றை ஒளித்து எடுத்துக்கொண்டு போய்க்கொண்டிருந்தார். வயல்கள் நடுவே 3 வயதுக் குழந்தையை எடுத்துக்கொண்டு போய்க்கொண்டிருந்த இவரைக் காவல்துறை கைது செய்தது.

செய்தியைக் கேள்விப்பட்ட குப்தாவின் கணவர் குடும்பத்தார், வீட்டைவிட்டு இவரை விலக்கி வைத்தனர். உள்ளூர் செய்தித்தாள் ஒன்றில் ராஜ்குமாரியோடு தங்கள் குடும்பத்துக்குத் தொடர்பில்லை என்றும் வேறு யாரும் தொடர்பு வைத்துக்கொள்ள வேண்டாம் என்றும் அறிக்கை வெளியிட்டனர். 1930, 32, 42 என ராஜ்குமாரியின் சிறைவாசம் மீண்டது. பார்ப்பவர்களுக்கு காந்தியவாதிகளாகவும் உள்ளுக்குள் புரட்சியாளர்களாகவும் இயங்கினோம் எனத் தங்களைப் பற்றிக் குறிப்பிட்டார் ராஜ்குமாரி குப்தா.

நான் என்ன செய்ய வேண்டுமோ அதைத்தானே செய்தேன் என ஒரு வரியில் தம்மைப் பற்றி ராஜ்குமாரி குப்தா சொன்னார். அவ்வளவு எளிதாக ஒற்றை வரியில் நாம் கடந்துவிட இயலாதல்லவா?

உமா மோகன்

மஹாராணி ஜிந்த் கௌர்

அந்நியர்களின் ஆக்கிரமிப்பு வெகுமக்களின் வாழ்வைப் பாதித்தது. உள்ளூர் ஆட்சிமுறையை, ஆட்சியாளர்களைக் கடுமையாக உலுக்கியது. அப்படி அல்லாடிய ஒரு ராணியின் கதைதான் இது!

குஜ்ரன்வாலா சச்சார் பகுதியைச் சேர்ந்த மன்னாசிங் ஔலக் என்பவரின் இளைய மகளாக 1817இல் பிறந்தவர் ஜிந்த்கௌர் அவுலக். பேரழகுடன் இருந்த ஜிந்த் கௌருக்கு ஏற்ற மணமகன் ஒரு மன்னனாகத்தான் இருக்க முடியும் என நம்பிய தந்தை, மஹாராஜா ரஞ்சித் சிங்குக்குத் தகவல் சொல்ல, பஞ்சாப் அரசன் ரஞ்சித் சிங் 1835இல் அக்காலவழக்கப்படி வில்லும் வாளும் அனுப்பி மனைவியாக்கினார். கிட்டத்தட்ட 40 வயது வித்தியாசம் அவர்களுக்குள்! ஜிந்த்கௌர் தனது ஒரே மகன் துலீப்சிங்கை 1838 இல் பெற்றெடுத்தார்.

வெள்ளையர்களின் ஆக்கிரமிப்பு இந்தியத் துணைக்கண்டத்தில் பரவிக்கொண்டிருந்த சூழலில் அவர்களுக்கு எதிராக ரகசியப் பேச்சுவார்த்தைகளை ராஜா ரஞ்சித் சிங் நேபாள பிரதமரோடு நடத்திவந்தார். இந்த நிலையில் 1839இல் ரஞ்சித்சிங் திடீரென மரணமடைய பஞ்சாப் அரசுரிமையில் பல சிக்கல்கள் தோன்றின. மூன்று வாரிசுகளின் படுகொலைக்குப் பிறகு, ஐந்து வயதான துலீப்சிங் அரசுரிமை கொண்டவராகத் தேர்ந்தெடுக்கப்பட்டார். காப்பாளராக, அரசப் பிரதிநிதி பொறுப்பு தன் கைக்கு வர அரும்பாடுபட்டார் ஜிந்த் கௌர். தன் கட்டுப்பாட்டில் நிர்வாகம் வந்தவுடன் சீர்திருத்தங்களைச் செய்யத் தொடங்கினார். அரசவை நடத்துவது, குறை கேட்பது, படைகளைச் சந்திப்பது என நடந்துவந்த வேளையில் நிதி சிக்கல்களைப் பலரும் உருவாக்க, சீக்கிய குருக்கள் இடையே இருந்த கருத்து வேறுபாட்டால், சிலர் கிழக்கிந்திய கம்பனி படையினரோடு தொடர்புகொண்டனர்.

இதைச் சமாளிக்கத் தன் மகனுக்குச் சீக்கிய வம்சாவளியில் செல்வாக்கு மிகுந்தவரும் ஹஜானா மாகாண ஆளுநரும் ஆன சத்தார் சிங் அடாரிவாலாவின் மகளுக்குத் திருமணம் செய்து வைக்க உறுதிகொடுத்தார். தொந்தரவு கொடுத்தவர்களுக்கு தண்டனை விதித்து, நிர்வாகப் பொறுப்பை அண்ணன் ஜவஹர் சிங் வசம் கொடுத்து தன்னை நிலைநிறுத்தினார்.

ரஞ்சித்சிங்கின் இன்னொரு மகன் அரசுரிமைக்குப் போட்டியாக வந்திறங்க சத்தார் சிங் உதவியுடன் சண்டையும் சமாதானமும் நடந்தேறியது. ராணியின் சகோதரன் ஜவஹர் சிங், இவன் எப்போதும் ஆபத்தானவன் என நினைத்து ரகசியமாக அவனைக் கொல்ல, ஒப்பந்தம் மீறியதற்காக ராணியின் கண்ணெதிரில் சகோதரன் கொல்லப்பட்டான்.

இந்தச் சூழல்களால் தைரியம் பெற்று கிழக்கிந்திய கம்பனி ஆளுநர் 1845 டிசம்பர் 13இல் சீக்கிய அரசின் மீது போர் அறிவித்தார். முதலாவது ஆங்கிலேய சீக்கியப் போரில், சிலரின் துரோக நடவடிக்கைகளால் சீக்கியர் தரப்பில் தோல்வியடைய நேரிட்டது. 1846 மார்ச்சில் லாகூர் ஒப்பந்தம். இதனடிப்படையில் 7 வயது துலீப் சிங் மன்னராகவும் தாய் ஜிந்த் கௌர் அரசப் பிரதிநிதியாகவும் நீடித்தனர். சில மாதங்களிலேயே அது மீறப்பட்டு ஆங்கிலேயே பிரதிநிதி நிர்வாகக் குழு எனக் காட்சி மாறி ராணிக்கு உதவித்தொகை தர உத்தரவானது.

உமா மோகன்

அத்தோடு நிற்குமா? போரில் மன்னர் தோற்கும்படி தங்களுக்கு உதவியவர்களை உயர்த்த வெள்ளையர் முற்பட்டனர். சியால்கோட் ராஜாவாக தேஜ்சிங்கை மாற்ற துலீப் சிங் ஒப்புதல் அளிக்கவில்லை. ராணி தானே காரணம்? கைது செய்து சிறையிலடைக்க உத்தரவானது. லாகூர் சிறையில் சில நாட்கள், பின்னர் அங்கிருந்து ஷேக்புரா. உதவித்தொகையும் குறைக்கப்பட்டது. எல்லாவற்றையும்விட ஜிந்த் கௌருக்குப் பெரிய தண்டனையாக 9 வயதேயான மகனை அவரிடமிருந்து பிரித்தனர். மகனைத் தன்னிடம் ஒப்படைக்குமாறு ராணி விடுத்த வேண்டுகோள் நிராகரிக்கப்பட்டது.

அடுத்த ஆண்டு வந்த நிர்வாகி, புரட்சியின் தோற்றுவாய் என ராணியைக் குறிப்பிட்டு பஞ்சாபை விட்டே வெளியேற்றி வாரணாசி அருகே சுனார் கோட்டையில் சிறைவைத்தான். ராணியின் ஆபரணங்கள் பறிமுதல் செய்யப்பட்டன. தங்கள் மஹாராணி நடத்தப்படும் விதம் சீக்கியர்களிடையே ஆழ்ந்த வருத்தத்தை ஏற்படுத்தியது.

சுனார் கோட்டையில் ஓராண்டைக் கழித்த ராணி ஜிந்த் கௌர் ஒருநாள் மாறுவேடமிட்டுத் தப்பினார். காடுகள் வழியாக 800 மைல் கடந்து நேபாளம் சென்று 1849இல் அடைக்கலம் கோரினார். முதல் ஆங்கிலேய சீக்கியப் போரின்போது நேபாள உதவியை பஞ்சாப் நாடியபோதும் மன்னர் ராஜேந்திரா பிக்ராம்ஷா சேரவில்லை. எனவே முன்னாள் நேபாள பிரதமர் மகன் வீட்டில் தங்கியிருந்து அடைக்கலம் கேட்டார். பின்னர் மகாராணி என்ற அந்தஸ்திலேயே தங்க வைக்க அனுமதியும் கிடைத்தது. 11 வருடங்கள் நேபாளத்தில் ராணி வசித்துவந்தார். இதனிடையே மகன் துலீப் சிங்கை இங்கிலாந்திற்கு அனுப்பிவிட்டிருந்தனர் ஆங்கிலேயர். வளர்ந்த மகன் தாயைச் சந்திக்க கடும் முயற்சிகள் மேற்கொண்டார். ஆங்கிலேயர் குறுக்கீட்டால் அவை தோல்வியடைந்தன.

தொடர்ந்து ஆங்கிலேயப் பிரதிநிதிகள் ராணியை நேபாளத்தில் கண்காணித்துக்கொண்டிருந்தனர். ஒருவழியாக, ஜிந்த்கௌர் தன் ஆளுமையும் பார்வைத்திறனும் குன்றியவராக இருப்பதால் பிரச்னைக்குரியவராக இருக்க மாட்டார் என ஒரு பிரதிநிதி தகவல் தர, தாயும் மகனும் கல்கத்தாவில் சந்திக்க அனுமதி கிட்டியது. 13 ஆண்டுகளுக்குப் பின் 1861 ஜனவரி 16இல் அவர்கள் சந்தித்தனர்.

அப்போது சீனப்பகுதியில் போர் முடிந்து கொல்கத்தா வழி சீக்கியப் படைப்பிரிவினர் பஞ்சாப் திரும்பிக்கொண்டிருந்தனர். தங்கள் மன்னரும் ராணியும் இருப்பதைக் கேள்விப்பட்டு அவர்கள் மகிழ்ச்சியும் ராஜவிசுவாசமுமாக ஹோட்டல் வெளியே நூற்றுக்கணக்கில் குழுமி முழக்கமிடத் தொடங்கிவிட்டனர்.

கலவரம் வராமல் தடுக்க உடனடியாக துலீப்சிங்கும் தாயும் இங்கிலாந்துக்குப் புறப்பட வேண்டுமெனக் கோரிக்கை வைத்தார் ஆளுநர். தாயை அழைத்துச் செல்லும்போதே, அவரது ஆபரணங்களைத் திருப்பித் தர வேண்டும் என்று கேட்டு வாங்குவது மட்டுமே துலீப்சிங்கால் முடிந்தது. உடனிருந்த சில ஆண்டுகளில் பஞ்சாப் அரசக் குடும்பப் பெருமையையும் துலீப் சிங் இழந்த உரிமைகளையும் பற்றி எடுத்துரைத்தார் ஜிந்த் கௌர். இதன் விளைவாகச் சில ஆண்டுகள் கழித்து தனக்கு இழைக்கப்பட்ட துரோகம் குறித்து துலீப் சிங் இங்கிலாந்து ராணிக்குக் கடிதம் எழுதி முறையிட்டார்.

இதனிடையே 1863 ஆகஸ்ட் முதல் தேதி 46 வயதிலேயே காலமானார் ஜிந்த் கௌர். அவர் விருப்பப்படி அவரை சீக்கிய முறையில் அடக்கம் செய்திடக்கூட அவரது மகன் துலீப் சிங் பெரும் போராட்டம் நடத்த வேண்டியிருந்தது. தற்காலிகமாக இங்கிலாந்தில் அடக்கம் செய்யப்பட்டு, லாகூருக்குப் பதிலாக நாசிக்கில் அடக்கம் செய்ய ஓராண்டு கழித்து அனுமதித்தனர்.

பிற்காலத்தில் இவரது பேத்தி 1924இல் அஸ்தியை லாகூர் ரஞ்சித்சிங் சமாதியில் சேர்ப்பித்தார்.

உமா மோகன்

நளினி பாலா தேவி

நேரடியாகப் போராட்டக் களத்தில் இறங்காவிடினும் தமது வெளிப்பாடுகளின் மூலம் தேசபக்தியை, விடுதலை உணர்வை ஊட்டியவர்களின் பங்களிப்பும் போற்றத்தக்கதே!

1898 மார்ச் 23இல் பார்பேட்டாவின் பாரம்பரிய குடும்பத்தின் மகளாகப் பிறந்தார் நளினி பாலா தேவி. கர்மவீர் நவீன் சந்திரா போர்தொலோய், ஹேமந்த குமரி தேவி தம்பதியரின் மகள். தந்தை நவீன் சந்திரா விடுதலைப் போராட்ட வீரர். அவர் கவிஞர், சமூக செயற்பாட்டாளர். நளினியின் தாத்தா ராய்பகதூர் மாதவ் சந்திரா போர்தொலாய் நீதிபதியாக இருந்தவர். அன்றைய அசாமிய எழுத்துலகில் முடிசூடா மன்னராக விளங்கிய தந்தை, பத்திரிகைகள் பலவற்றிலும் எழுதி வந்தார். நாடகத்துக்கு இசையமைத்த அனுபவமும் இருந்தது.

விடுதலைக் களத்தில் வீரமகளிர்

அக்கால வழக்கப்படி பெண் குழந்தைகளைக் கல்வி கற்க அனுப்பாத சூழல் அசாமிலும் நிலவியது. நளினிபாலாவின் தந்தையின் கருத்தோட்டத்தால் தேஜ்பூரில் இருந்த ஒரு பள்ளியில் வங்கமொழி தொடக்கக் கல்வி பயின்றார். உயர்கல்வி பயில எங்கும் செல்லவில்லை. அவருடைய மாமா கீர்த்திநாத்தின் மேற்பார்வையில் வீட்டிலேயே ஆங்கிலம், கணிதம் போன்ற பாடங்களை சிலர் கற்பித்தனர்.

அக்கால சமூக வழக்கமான குழந்தைத் திருமணமாக நளினிபாலாவும் 12 வயதிலேயே ஜீவேஷ்வர் சங்ககாதி என்பவருக்குத் திருமணம் செய்துவைக்கப்பட்டார். ஆனால், ஏழே ஆண்டுகளில் மிக இளம் வயதிலேயே கணவரை இழந்து நான்கு குழந்தைகளோடு தந்தை வீடு திரும்ப நேர்ந்தது. கணவர் மறைந்தபோது ஐந்தாவது குழந்தையைச் சுமந்திருந்தார் நளினி. இந்தத் துயரம் போதாதென்று எதிர்பாரா தீவிபத்தில் 5 வயதுக் குழந்தை இறந்துபோனது. துயரங்களை விழுங்கியபடி எதிர்காலத்தைச் சமாளிக்க வேண்டிய கடுமையான சூழலை எதிர்கொண்டார் அந்தச் சின்னப் பெண். தந்தையோ விடுதலைப் போராட்டத்தில் சிறைவாசத்தில் இருந்தார்.

தன் வாழ்வனுபவங்களை எழுத்தில் வடிக்கத் தொடங்கினார் நளினிபாலா. அவர் கவிதைகள் தேசபக்தியை மக்களிடம் பறைசாற்றின. மாயாவாதம் மற்றும் பிற வகைமைகளிலும் எழுதினார். 10 வயதிலேயே "பிதா" "சந்த்யா" என்று கவிதை பாடத் தொடங்கிய பெண்தான் நளினி! 1928இல் வெளிவந்த அவர் கவிதைத் தொகுப்பான சந்த்யாசுரில் இடம்பெற்றதுதான் புகழ்பெற்ற ஜனம்பூமி என்ற பாடல்! ஒவ்வொருவர் மனதிலும் விடுதலை உணர்வைத் தூண்டிய பாடல்.

தொடர்ந்து எழுதிவந்த நளினிபாலாதேவி, 1967இல் தமது அலக்நந்தா தொகுப்புக்காக சாஹித்ய அகாதெமி விருது பெற்றார்.

கவிதைகள் மட்டுமின்றி 25 புகழ் பெற்ற பெண்களின் வரலாற்றுத் தொகுப்பான விஸ்வதீபா, சர்தார்வல்லபபாய் படேலின் வாழ்க்கை வரலாறு, தன் தந்தையின் வாழ்க்கை வரலாறு போன்றவற்றையும் எழுதியிருக்கிறார். ஸ்மிருதி தீர்த்தா என்ற அவர் தந்தையின் வாழ்க்கை வரலாற்றுவழி அக்கால அசாமின் சமூகத்தையும் சுதந்திரப் போராட்டக்களத்தையும்

உமா மோகன்

பதிவுசெய்தவர். அசாமின் தலைமுறைகளை எழுத்தாக்கியது 1976இல் அவர் வெளியிட்ட சுயசரிதையான எரி அஹா டின்பர். அன்றைய பெண்களின் வாழ்க்கை, அசாமின் நிலையிலிருந்து முழு விடுதலைப் போராட்டம் என யாவற்றையும் பிரதிபலிக்கும் நூலானது. பல நாடகங்களையும் இயற்றியவர். அசாம் சாகித்ய சபாவின் தலைவர், மகளிர் அமைப்புகளை உருவாக்கியவர்.

மாநில, மத்திய அரசுகள் எழுத்தாளருக்கான உதவித்தொகையை வழங்கின. 1977இல் பத்மஶ்ரீ விருதும் பெற்றார். 1977 டிசம்பர் 24இல் காலமானார் நளினிபாலாதேவி.

பிரிதிலதா வடேதர்

முயன்று பெற்ற கல்வியையோ செல்வத்தையோ தன் நல்வாழ்விற்குப் பயன்படுத்தும் மனிதர்கள் நிறைந்த இவ்வுலகில், தன் உடல், பொருள், ஆவி அனைத்தையும் தேசத்திற்கு அர்ப்பணித்த தீரர்கள் போற்றத்தக்கவர்களே!

1911 மே 5, தற்போது வங்கதேசத்தில் உள்ள சிட்டகாங்கின் தால்காட் கிராமத்தில் பிறந்தார் பிரிதிலதா வடேதர். தாஸ்குப்தா என்ற குடும்பப் பெயரைக் கொண்டவர்கள் முன்னோர் ஒருவருக்கு வடேதர் என்ற பட்டம்வழங்கப்பட அதுவே நிலைத்துவிட்டது. தந்தை ஜெக பந்து வடேதர் சிட்டகாங் நகராட்சியில் எழுத்தராகப் பணியாற்றினார். தாய் பிரதிபாமயி தேவி. பிரிதிலதாவையும் சேர்த்து ஆறு குழந்தைகள். குழந்தைகளுக்கு நல்ல கல்வி அளிக்கப்பட வேண்டுமென்பதில் தந்தை தீவிரமாக இருந்தார்.

ராணி என்ற வீட்டுப் பெயர் கொண்டிருந்த பிரிதிலதா சிட்டகாங்கில் பள்ளிக்கல்வியில் சேர்ந்தார்.அறிவாற்றல் மிக்க மாணவியாக இருந்தார். அந்தப் பள்ளியில் மாணவியரால் அன்பாக உஷாதீ என்று அழைக்கப்பட்ட ஆசிரியை ஒருவர், தேசப்பற்றை வளர்க்க ராணி லக்ஷ்மிபாயின் கதையைச் சொல்வது வழக்கம். பிரிதிலதாவின் பள்ளித் தோழியான கல்பன தத்தா தனது, "சிட்டகாங்க் ஆயுதக் கொள்ளையர்" என்ற சுயசரிதையில் "எதிர்காலம் பற்றி எல்லாம் எவ்வித திட்டமிடலும் இல்லாது இருந்த எங்களுக்கு ஜான்சிராணி கதை பெரிய ஊக்கத்தைத் தந்தது. அவரைப் போன்ற அச்சமற்ற பெண்களாகக் கற்பனை செய்துகொள்ளத் தொடங்கினோம்" என எழுதியிருக்கிறார்.

1928இல் பள்ளித் தேர்வில் வெற்றி பெற்று 1929இல் டாக்கா ஈடன் கல்லூரியில் இண்டர்மீடியட் சேர்ந்த பிரிதிலதா, அந்த ஆண்டு மாநிலத் தேர்வில் முதல்வராக வந்தார். கலை, இலக்கிய ஆர்வத்தோடு சமூக சேவையிலும் பங்குகொண்டு லீலா நாக் தொடங்கிய தீபாளி சங்காவில் இருந்த ஸ்ரீ சங்கா உறுப்பினராகவும் சேர்ந்தார். உயர்கல்விக்கு கொல்கத்தா பெத்தூன் கல்லூரியில் சேர்ந்தார். இரண்டு ஆண்டுகளில் தனிச் சிறப்போடு தத்துவவியல் பட்டத் தேர்ச்சி பெற்றார். இருப்பினும் கொல்கத்தா பல்கலைக்கழக நிர்வாகம் அவரைப் பட்டம் பெறுவதிலிருந்து நிறுத்தி வைத்திருந்தது. பீனா தாஸுக்கும் பிரிதிலதாவுக்கும் 2021இல்தான் மறைவுக்குப் பிந்தையதாகப் பட்டங்கள் வழங்கப்பட்டன.

பட்டத்தேர்ச்சி பெற்றதும் பிரிதிலதா சிட்டகாங் திரும்பி உள்ளூர்ப் பள்ளி ஒன்றின் தலைமையாசிரியர் பணியில் சேர்ந்தார். இந்திய தேசிய விடுதலைப் போராட்டத்தில் தாமும் இணைய வேண்டும் என்ற விருப்பம் மிகுந்தது. அதே நேரம் புரட்சியாளர் பிரிதிலதாவைப் பற்றிக் கேள்விப்பட்ட புரட்சியாளர் சூர்யா சென், தங்கள் இயக்கத்தில் பிரிதி இணைய வேண்டுமென விரும்பினார்.

தால்காட் முகாமில் சூர்யாசென், நிர்மல்சென் இருவரையும் பிரிதிலதா சந்தித்தார். தங்கள் குழுவில் பெண்களை அனுமதிக்கக் கூடாது என பினோத் பிஹாரி சௌத்ரி என்ற இன்னுமொரு புரட்சியாளர் ஆட்சேபித்த போதும், பிரிதிலதா சேர்த்துக் கொள்ளப்பட்டார்.

ஆயுதங்களை மறைத்து எடுத்துச் செல்ல ஆண்களைவிட பெண்கள் ஈடுபடுவதே அதிக கவனம் ஈர்க்காது என்பதால் இவ்வாறு சேர்த்துக்கொண்டார்கள். சிட்டகாங்கின் காவல்துறைத் தலைவர் க்ரெய்க்கைக் கொல்ல சூர்யாசென் குழுவினர் திட்டம் தீட்டினர். இதற்காகத் தேர்ந்தெடுக்கப்பட்ட ராமகிருஷ்ண பிஸ்வாஸ், காளியடா சக்ரவர்த்தி இருவரும் தவறுதலாக வேறொருவரைக் கொன்றுவிட்டனர். கைதுசெய்யப்பட்டு பிஸ்வாஸுக்குத் தூக்குதண்டனையும் சக்ரவர்த்திக்கு அந்தமான் சிறைவாசமும் விதிக்கப்பட்டது.

ராமகிருஷ்ண பிஸ்வாஸைக் கடைசியாக, அலிப்பூர் சென்று சந்திக்கக்கூட அவரது உறவினருக்குப் பொருளாதார வசதியில்லை. கொல்கத்தாவில் அப்போது தங்கியிருந்த பிரிதிலதாவுக்கு அந்தப் பொறுப்பு அளிக்கப்பட்டது.

இதுபோல சூர்யாசென் குழுவினர் நடத்திய பல்வேறு தாக்குதல்களில் பிரிதிலதா பங்கேற்றார். தொலைத்தொடர்பு அலுவலகங்களைத் தாக்குவது, காத்திருப்பு காவலர் இணைப்பை அபகரிப்பது, ஜலாலாபாத் தாக்குதலின் போது, புரட்சியாளர்களுக்கு வெடிபொருட்களைக் கொண்டு சேர்ப்பது போன்ற பல பணிகளைச் செய்தார்.

1932இல் ஒரு புதிய திட்டம். நாய்களுக்கும் இந்தியர்களுக்கும் அனுமதியில்லை என்ற அறிவிப்பைத் தொங்கவிட்டிருந்த ஃபார்டாலி ஐரோப்பிய கிளப்பைத் தாக்க சூர்யாசென் திட்டமிட்டார். இதற்குப் பெண் தலைவர் என்று முடிவானது,. இந்தச் சம்பவத்துக்கு ஏழு நாட்கள் முன்புதான் கல்பனா தத்தா கைது செய்யப்பட்டிருந்ததால், இந்தப் பொறுப்பு, பிரிதிலதாவைத் தேடிவந்தது. கோடாவாலி கடற்கரையில் ஆயுதப் பயிற்சி பெற்று, தாக்குதல் திட்டத்தையும் தீட்டிவந்தார். பிரிதி 1932 செப்டம்பர் 24 அன்று தாக்குதல் நடத்த முடிவானது.

பிடிபட்டுவிட்டால் விழுங்குவதற்காக குழு உறுப்பினர்கள் வசம் பொட்டாசிய சயனைடு விஷம் தரப்பட்டது. பஞ்சாபிய ஆணைப்போல வேடமிட்டு தாக்குதலுக்குப் புறப்பட்டார் பிரிதிலதா. குழுவின் நான்கு உறுப்பினர்கள் வேட்டி சட்டையும், இன்னும் மூவர் லுங்கி, சட்டையும் அணிந்துகொண்டனர்.

கட்டிடத்தின் உள்ளே கிட்டத்தட்ட நாற்பது பேர் இருந்திருக்கலாம். இரவு 10.45 மணியளவில் புரட்சியாளர்கள் மூன்று பிரிவாகப் பிரிந்து தாக்கத் தொடங்கினர். துப்பாக்கியால் சுடுவதற்கு முன்பாகவே, கட்டிடத்திற்குத் தீயிட்டுவிட்டனர்.

உள்ளே இருந்த ஓரிரு காவல் அதிகாரிகள் தங்களிடமிருந்த துப்பாக்கியால் திருப்பிச் சுட்டனர். பிரிதிலதாவின் மேல் ஒரு குண்டு பாய்ந்தது. காவல்துறை அறிக்கையின்படி இந்தத் தாக்குதலில் ஒரு பெண்மணி கொல்லப்பட்டார். நான்கு ஆண்களும் ஏழு பெண்களும் காயமுற்றனர். பிரிட்டிஷ் காவல்துறை குண்டடிபட்டுக் கிடந்த பிரிதிலதாவைத் தேடியது. அடையாளம் கண்டபோது அங்கு கிடந்த உடலில் உயிர் இல்லை. கைதாகாமல் தவிர்க்க பொட்டாசியம் சயனைட் விழுங்கியிருந்தார். மருத்துவ ஆய்வில் குண்டுபட்டதால் அல்ல சயனைட் விழுங்கியதாலேயே இறந்தார் எனத் தெரியவந்தது. பரிசோதனையில் சில துண்டுப் பிரசுரங்கள், துப்பாக்கிக் குண்டுகள், விசில், தாக்குதலுக்கான திட்ட அறிக்கை இவற்றோடு ராமகிருஷ்ண பிஸ்வாஸின் படம் ஒன்றும் கிடைத்தது.

பிரிதிலதாவின் பெயரைத் தாங்கிய பள்ளிகளும் கல்லூரிகளும் வங்கதேசத்திலும் மேற்குவங்காளத்திலும் அவர் தியாகத்தை உலகுக்குச் சொல்லிக்கொண்டிருக்கின்றன. அவர் வரலாற்றின் அடிப்படையில் சில திரைப்படங்களும் எடுக்கப்பட்டன.

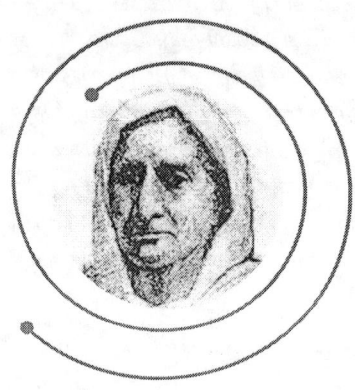

அபாடி பானோ பேகம்

காலகாலமாகப் பின்பற்றப்பட்ட சமூக வழக்கங்களில் ஊறிப்போனவர்களையும் எளிய நம்பிக்கைகளை உடையவர்களையும்கூட நாம் அடிமைப்பட்டிருக்கிறோம் என்ற உணர்வு ஆட்டிப்படைத்து, போராட்டக் களத்திற்கு இழுத்து வந்தது!

1854இல் உத்தரபிரதேச கிராமமான அம்ரோஹாவில் பிறந்தார் அபாடி பானோ பேகம். ராம்பூர் மாகாணத்தின் மூத்த அதிகாரியாகப் பணியாற்றிய அப்துல் அலி கான் என்பவரை மணந்தார். ஒரு மகளும் ஐந்து மகன்களுமாக ஆறு குழந்தைகளுடன் பேகத்தை இளம் வயதிலேயே விதவையாக்கி மறைந்தார் அவரது கணவர். எல்லா பொறுப்பையும் அபாடி பானோ பேகமே ஏற்க வேண்டிய சூழல். பெரிய வசதியில்லாத குடும்பச்

உமா மோகன்

சூழலில், பானுவுக்கு முறையான கல்வியறிவும் கிடையாது. இருப்பினும் பரேலியில் இருந்த ஆங்கிலவழிக் கல்வி நிறுவனங்களில் மகன்களைச் சேர்த்தார். கணவரின் சகோதரர், சொத்துகளை விற்றுவிடும்படி கூறியபோது அவை என் குழந்தைகளுக்குச் சொந்தமானவை, எனவே அவற்றை விற்கமாட்டேன் என மறுத்து தன் நகைகளை விற்று குழந்தைகளை மேற்படிப்புக்கு அனுப்பினார். அலிகார் பல்கலைக் கழகத்திலும் ஆக்ஸ்போர்டு பல்கலைக் கழகத்திலும் பயிலும் வாய்ப்பைத் தன் மகன்களுக்கு ஏற்படுத்திக் கொடுத்தார்.

1857இல் நடைபெற்ற முதல் இந்திய சுதந்திரப் போரில் பாதிக்கப்பட்ட குடும்பத்தைச் சேர்ந்தவர் பீ அம்மா என்று அழைக்கப்பட்ட அபாடி பானோ. அவர் மகன்களில் இருவர் அலி சகோதரர்கள் எனப் புகழ்பெற்ற மௌலானா ஷௌகத் அலி, மௌலானா முகமது அலி. வெள்ளையர் ஆட்சிக்கு எதிராக கிலாபத் இயக்கம் தொடங்கியவர்கள். ஒத்துழையாமை இயக்கத்திலும் பங்களிப்பு தொடர, பேகமும் போராட்டத்தில் ஈர்க்கப்பட்டார். 1917இல், அலி சகோதரர்கள் உட்பட பலர் கைது செய்யப்பட அவர்கள் விடுதலைக்காகப் போராட்டத்தில் நேரடியாக இயங்கினார். பெண்களின் ஆதரவைப் பெற முடியும் என ஊக்குவித்து கூட்டங்களில் பேசுமாறு மகாத்மா அவரை ஊக்குவித்தார்.

1917இல் நடைபெற்ற அகில இந்திய முஸ்லிம் லீக் கூட்டங்களில் பிரிட்டிஷ் இந்தியாவில் வசித்த இஸ்லாமியர்களின் சிந்தனையைத் தூண்டும் வண்ணம் தீவிரமான உரைகளை ஆற்றினார் பானோ. கிலாபத் இயக்கத்தை ஆதரித்து நாடு முழுவதும் பயணித்து பிரச்சாரம் செய்தார். கிலாபத் இயக்கத்திற்கும் விடுதலைப் போருக்குமாக நிதி வசூல் செய்வதிலும் முக்கியப் பங்கு வகித்தார். மிக எளிய நிலையில் வாழ்ந்த போதும் தன் பங்காக மாதம் 10 ரூபாயைத் தொடர்ந்து கொடுத்துவந்தார்.

பேகம் ஹஸ்ரத் மொஹானி, பசந்திதேவி, சரோஜினி நாயுடு உள்ளிட்டவர்களோடு சேர்ந்து பெண்கள் மட்டும் கலந்துகொள்ளும் கூட்டங்களிலும் பேசி, திலகர் சுயராஜ்ய நிதிக்குக் கொடை திரட்டியிருக்கிறார். பர்தா கொள்கையில் தீவிரப் பற்றாளராக இருந்தபோதும் பஞ்சாபில் ஒரு கூட்டத்தில்

விடுதலைக் களத்தில் வீரமகளிர்

பேசுகையில் முகத்திரையை விலக்கிவிட்டு முழங்கினார். இங்கு உள்ள அனைவரையும்விட நான் மூத்தவள். எனவே என் மகன்களோடு பேசுகையில் முகத்திரை எதற்கு என உணர்ச்சிப் பிழம்பாகி உரையாற்றியவரை அண்ணல் காந்தியடிகள் தன் அன்னை என அழைத்ததில் வியப்பென்ன?

பீ அம்மா காங்கிரஸ் கூட்டம் ஒன்றுக்குத் தலைமை வகித்த சுப்பிரமணிய ஐயருக்கு எழுதிய கடிதம், இந்திய விடுதலை இயக்கத்தின் ஆவணமாகப் பின்னாளில் போற்றப்பட்டது. பிற மனிதனோடு பேசுவது பாவம் என்று சொல்லும் மதவிதிகளை அறிந்தும் விடுதலைப் போராட்டத்திற்காகவே தாம் இக்கடிதத்தை எழுதுவதாகக் குறிப்பிட்டிருந்தார் பேகம். 1924 நவம்பர் 13 தன் 73ஆம் வயதில் காலமானார்.

பாகிஸ்தான் அவரது நினைவாகத் தபால்தலை ஒன்றினை 1990இல் வெளியிட்டது. தில்லி ஜாமியா மிலியா இஸ்லாமியா கல்வி நிறுவனத்தில் மகளிர் விடுதி ஒன்றுக்கு பீ அம்மாவின் பெயர் 2021இல் சூட்டப்பட்டது.

உமா மோகன்

அமலபிரபாதாஸ்

விடுதலைக்கான போராட்டத்தின் ஊடாகவே சமூக மாற்றங்களும் நிகழ வேண்டியிருப்பதை அரசியலாளர்கள் உணர்ந்திருந்தனர். குறிப்பாக அண்ணல் காந்தியடிகள் இந்த இரு செயல்பாடுகளையும் சமமாகவே முன்னெடுத்துவந்தார். காந்தியவழி சிந்தனைகளையும் செயல்பாடுகளையுமே சமூக மாற்றத்திற்கான போராட்ட வடிவமாகக் கருதி இயங்கியது தொண்டர் படை!

1911 நவம்பர் 12, செல்வ வளமிக்க குடும்பத்தின் வாரிசாகப் பிறந்தவர் அமல்பிரபாதாஸ். பெற்றோர் ஹரேகிருஷ்ண தாஸ் - ஹேமபிரபாதாஸ் தம்பதியர் வடகிழக்கு மாநிலமான அசாமில் திப்ரூகரில் வசித்துவந்தனர். அமல்பிரபா தொடக்கக் கல்வியை உள்ளூர் பள்ளியில் பெற்றார். மேல் வகுப்பில் சேர்த்துக்கொள்ள

உள்ளூரைச் சேர்ந்த காட்டன் கல்லூரி மறுத்துவிட்டதால் கொல்கத்தா பெத்யூன் கல்லூரியில் சேர்ந்து புதுமுக வகுப்பையும் ஸ்காட்டிஷ் சர்ச் கல்லூரியில் வேதியியல் பட்டப்படிப்பையும் முடித்தார். தொடர்ந்து அதே கல்லூரியில் வேதியியல் முதுகலைப்பட்டம் பெற்றதன் மூலம், அறிவியலில் முதுகலைப் பட்டம் பெற்ற முதல் அசாமியப் பெண் ஆனார். தொடர்ந்து மருத்துவ நோயியலில் சிறப்புப் பட்டயமும் பெற்றார். ஆனால், ஆங்கிலேயர்களால் நடத்தப்பட்ட காட்டன் கல்லூரி தந்த ஆசிரியப் பணியை ஏற்க அவரது தேசிய மனம் உடன்படவில்லை.

1934இல் மகாத்மா காந்தி கௌஹாத்திக்குச் சென்றபோது அமல்பிரபாதாஸ் வீட்டில்தான் தங்க ஏற்பாடு செய்யப்பட்டிருந்தது. இந்தச் சந்தர்ப்பத்தில் அண்ணலோடு நிகழ்த்திய உரையாடல்கள் அமல்பிரபாவின் வாழ்க்கையை மாற்றின. காந்தியப் பாதையையொட்டி தன் பயணத்தை அமைத்துக்கொண்டார்.

அமல்பிரபாதாஸ் தன் தாயோடு 1939இல் வார்தா ஆசிரமத்துக்குச் சென்று மகன்பாரி சுயமுன்னேற்ற மையத்தின் மூலம் முன்னெடுக்கப்பட்ட கிராம புனரமைப்பு நடவடிக்கைகளைப் பற்றிக் கற்றுவந்தார். சரணியா மலைப்பகுதியில் தம் தந்தைக்குச் சொந்தமான இடத்தில் மைத்ரி ஆசிரமத்தை உருவாக்கினார். கிராமப் பெண்களுக்கு கைவினை மற்றும் குடிசைத் தொழில் பயிற்சிகளை அளித்து, பொருளாதார சுயசார்புள்ளவர்களாக அவர்களை மாற்றும் பணியை இதன் மூலம் முன்னெடுத்தார்.

1944இல் கஸ்தூர்பா காந்தி மறைந்தபோது காந்திஜி கஸ்தூர்பா நினைவு நிதியை உருவாக்கினார். இந்த அமைப்பின் பணிகளை வடகிழக்குப் பகுதியில் நிர்வகிக்கும் பொறுப்பினை அமல்பிரபாதாஸ் தேவி பெற்றார். தாம் நிறுவிய மைத்ரி ஆசிரமத்தை, கஸ்தூர்பா நினைவு நிதிக்குக் கொடையளித்து, கஸ்தூர்பா ஆசிரமம் எனப் பெயர் மாற்றமும் செய்தார். 1946இல் இந்த ஆசிரமத்துக்கு வருகைதந்து பார்வையிட்டு, காந்திஜி அமல்பிரபாவின் செயல்திறனைப் பாராட்டிச் சென்றார்.

அருணாசலப் பிரதேசத்தில் 21 கிராமசேவிகா பயிற்சி மையங்களை உருவாக்கும் பொறுப்பினை செவ்வனே நிறைவேற்றியது அமல்பிரபாவின் கஸ்தூர்பா ஆசிரமம். அவர் கஸ்தூர்பா கல்யாண் கேந்திரா, கௌஹாத்தி கடை மண்டல்,

கௌஹாத்தி யுபாக் சேவாதல், அசாம் கோசேவா சமிதி எனப் பல அமைப்புகளையும் உருவாக்கினார். 1950இல் அசாமைக் கடுமையான நிலநடுக்கம் தாக்கியபோது நிவாரணப் பணிகளிலும், வீடிழந்தவர்களுக்கு ஆதரவு தருவதிலும், இந்த அமைப்புகள் மூலம் அரும்பணியாற்றினார். தீண்டாமை ஒழிப்புப் போராட்டமும் வினோபாபாவேயோடு இணைந்து மேற்கொண்ட பூதான இயக்கப் பணிகளும் அமல்பிரபாதாஸின் மேலும் சில சிறப்பான பணிகளாகும்.

1954இல் மத்திய அரசு அமல்பிரபாவுக்கு பத்மஸ்ரீ விருது வழங்கியது. மிகச் சிறப்பான சமூகப் பணிக்காக 1981இல் ஜம்னாலால் பஜாஜ் விருதும் வழங்கப்பட்டது. அதன் பின்னர் அரசு பத்மபூஷன் விருதுக்குத் தேர்ந்தெடுத்த போது பொதுவாழ்வுக்கான பணிகளுக்காக அங்கீகாரம் பெறுவதில் விருப்பம் குன்றி, அதைப் பெற மறுத்துவிட்டார். 1986இல் அவர் மறைவுக்குப் பின் வெளியான A Biography என்ற சுயசரிதை அவர் வாழ்வை விளக்குகிறது. 2013ஆம் ஆண்டிலிருந்து சமூகப் பணியில் சிறந்து விளங்குவோருக்கு அசாம் மாநில அரசு அவர் பெயரால் ஒரு விருதினை வழங்கிவருகிறது.

விடுதலைக் களத்தில் வீரமகளிர்

தாரா ராணி ஸ்ரீவாஸ்தவா

மிக எளிய பின்னணியைக் கொண்டவர்களும் சமூகக் கட்டுப்பாடுகளை மீறி சுதந்திரப் போராட்டத்தில் ஈடுபட்ட சம்பவங்கள் ஏராளம்!

பாட்னா அருகிலுள்ள சரண் என்ற பகுதியைச் சேர்ந்தவர் தாரா ராணி ஸ்ரீவாஸ்தவா. சிறு வயதிலேயே சுதந்திரப் போராட்ட நிகழ்வுகளில் ஈடுபாடுகொண்டிருந்த பெண். அக்கால வழக்கப்படி புலேந்து பாபு என்பவரோடு மிக இளம் வயதிலேயே திருமணம் நடைபெற்றது. புலேந்து பாபுவும் விடுதலைப் போரில் ஆர்வம் கொண்டிருந்தது தாராராணிக்கு மிக வசதியாயிற்று. பெண் வீட்டைவிட்டு வெளியே செல்ல கட்டுப்பாடுகள் விதிக்கப்பட்டிருந்த அக்காலத்திலேயே தன் தெரு, கிராமம் என்பது தாண்டி அண்டை அயல் கிராமங்களுக்கெல்லாம்

உமா மோகன்

சென்று சுதந்திரப் போராட்டம் குறித்த பிரச்சாரத்தைச் செய்து வந்தார் தாராராணி. தம் பேச்சுத் திறமையால் பல பெண்களுக்கும் விடுதலைப் போராட்டத்தில் ஆர்வம் ஏற்படுத்துமளவு திறமை பெற்றவராக இருந்தார்.

1942 ஆகஸ்ட் 12 வெள்ளையனே வெளியேறு போராட்ட காலம்! செய் அல்லது செத்துமடி என்ற முழக்கத்தை முன்வைத்துப் போராட அழைப்பு விடுத்திருந்தார் அண்ணல். தாராராணியும் புலேந்துபாபுவும் தங்கள் பகுதியில் சிவான் காவல் நிலையத்தில் தேசியக் கொடியை ஏற்றுவது என்ற போராட்டத் திட்டத்தை வகுத்தனர். பேரணி திட்டமிட்டபடி தொடங்கியது; பிரிட்டிஷ் ஆட்சிக்கு எதிரான முழக்கங்களோடு முன் சென்றது ஊர்வலம். தாராராணியும் புலேந்துபாபுவும் தலைமையேற்று நடைபோட்டனர். காவல்துறை தடுத்து கலைந்து செல்லும்படி எச்சரித்தது. அதைப் பொருட்படுத்தாமல் ஊர்வலத்தைத் தொடர்ந்தனர். நமது குறிக்கோள் தடையை மீறிக் கொடியை ஏற்றுவதே என நடந்த அவர்கள் மீது தடியடியும் துப்பாக்கிச் சூடும் எனத் தாக்குதலை நடத்தியது காவல்துறை.

நிலைகுலைந்த கூட்டம் நடுவே துப்பாக்கி குண்டுபட்டு வீழ்ந்தார் புலேந்துபாபு. கணவரின் ரத்தப் பெருக்கை, தன் சேலையைக் கிழித்து கட்டுப்போட்டு ஓரிடத்தில் கிடத்திவிட்டு, கொடியை ஏந்தி முழக்கத்துடன் தொடர்ந்தார் தாராராணி. திரும்பி வந்து பார்த்தபோது குண்டடியால் பெருகிய ரத்தம் புலேந்துபாபுவின் உயிரைப் பறித்துவிட்டிருந்தது.

1942 ஆகஸ்ட் 15 சாப்ராவில் நாட்டுக்காக புலேந்துபாபு செய்த உயிர்த்தியாகத்தைப் போற்றி ஒரு பிரார்த்தனைக் கூட்டம் நடத்தப்பட்டது! மிக இளம் வயதுப் பெண். கட்டுபெட்டியான சமூகச் சூழல். மணவாழ்வில் நுழைந்தே சிலகாலம்தான் ஆன சூழலில் எப்பேர்ப்பட்ட இழப்பினை அவர் சந்திக்க நேர்ந்தது! தன் கொடிய இழப்பினையும் விதவைக்கு அக்கால சமூகம் விதித்திட்ட தடைகளையும் பொருட்படுத்தாது நாடு விடுதலை பெறும் வரை தன் போராட்டத்தைத் தொடர்ந்து நடத்திவந்தார் தாராராணி.

ராணி அப்பக்கா

பிரிட்டிஷ் ஆதிக்கத்துக்கு முன்பே பல ஐரோப்பியர்கள் இங்கு காலூன்ற முயற்சித்தனர்.அவர்களை எதிர்த்த வரலாற்றிலும் பெண்களின் பங்கு உண்டு.

*1530 - 1599*க்கும் இடையில் போர்த்துகீசியர்களை எதிர்த்துக் கடுமையாகப் போரிட்ட வீரமங்கை ராணி அப்பக்கா மஹாதேவி சௌதா. அரபிக் கடலோரம் மங்களூரிலிருந்து சற்றுத் தொலைவில் அமைந்த உல்லல் கோட்டையை ஆண்டவர் அப்பக்கா. துளுநாட்டின்தாய்வழிப் பட்டம் சூடி, ராணியானவர். மாமா திருமலைராயர் போர்க்கலைகளில் சிறந்து விளங்கிய தன் சகோதரி மகளுக்கு அரசுரிமை தந்ததோடு, மங்களூரின் பங்கா நாட்டு அரசன் லட்சுமப்பாவை மாப்பிள்ளையாக்கினார். அபக்காவுக்கு இந்தத் திருமண உறவு இனிக்கவில்லை. விரைவிலேயே

விலகி தன் நாட்டுக்குத் திரும்பிவிட்டார். விலக்கப்பட்ட கணவரோ எதிரிகளோடு கைகோத்து மனைவியைப் பழிவாங்கத் தருணம் பார்த்துக் காத்திருந்தார்.

வணிகம் செய்ய வந்த போர்த்துகீசியர்கள் கோவாவைத் தங்கள் கட்டுப்பாட்டுக்குள் கொண்டுவந்த பிறகு கவனத்தை அண்டைய தெற்கு கனரா கடலோரப் பகுதிகளை நோக்கித் திருப்பினர். மங்களூர் துறைமுகம் தாக்கி அழிக்கப்பட்டது. உல்லால் வளமான துறைமுகப் பகுதியாக, வர்த்தக மையமாக இருந்தது அவர்கள் கண்களை உறுத்தியது. போர்த்துகீசியர்கள், டச்சுக்காரர்கள், பிரிட்டிஷார்கள் இந்தப் பகுதியைக் கைப்பற்ற போட்டி இருப்பினும் போர்த்துகீசியரே இப்பகுதியில் மேலாதிக்கமாக முனைந்தனர். அபக்கா சமண மதத்தைச் சேர்ந்தவர். அவரது படையில் இந்துக்களும் இஸ்லாமியர்களும் சம அளவில் இருந்தனர். கடற்படையினராக மீனவப் பிரிவினரையும் நியமித்திருந்தார். 1525இல் மங்களூர் தாக்குதல் நடைபெற்ற போதிலிருந்தே தனது படையை வலுப்படுத்தி வந்தார் அபக்கா.

1555-ம் ஆண்டில் தங்களுக்குக் கப்பம் கட்ட மறுத்த அபக்காவை எச்சரிக்கவும் தாக்கவும் ஒரு படையை அனுப்பினர் போர்த்துகீசியர். ராணியின் போர்த் தந்திரங்களால் அந்தப் படை தோற்று ஓடியது. 1558-ம் ஆண்டில் மங்களூரைத் தாக்கி சூறையாடி நகரையே தீக்கிரையாக்கியது போர்த்துகீசியப்படை. 1567இல் மீண்டும் உல்லல் மீது படையெடுப்பு. இம்முறையும் ராணி அபக்கா தீரத்துடன் போராடி வென்றார்.

அதே ஆண்டு மீண்டும் பெரிய படை அனுப்பப்பட்டது. இம்முறை உல்லல் நகரைக் கைப்பற்றி, கோட்டைக்குள்ளும் நுழைந்துவிட்டது எதிரிகளின் படை. ராணி அபக்கா அவர்களிடம் சிக்காமல் தப்பி மசூதியொன்றில் அடைக்கலம் பெற்றார். அங்கிருந்தபடியே தமது வீரர்கள் 200 பேரை ஒருங்கிணைத்து போர்த்துகீசிய தளபதியையும் 70 வீரர்களையும் அன்றிரவே கொன்று முடித்தார் ராணி. ஆட்சிபிடிக்க வந்தவர்கள் தப்பி கப்பலுக்கு ஓட வேண்டியதாயிற்று. தாங்கள் வென்றுவிட்ட மமதையில் நகருக்குள் மிஞ்சியிருந்த போர்த்துகீசியப் படையினர் மதுவில் மயங்கிக் கிடக்க, இதைப் பயன்படுத்திக்கொண்டு தம் படையை வலுவாக்கிக்கொண்ட அபக்கா, 1568-ம் ஆண்டில்

விடுதலைக் களத்தில் வீரமகளிர்

தளபதி மஸ்கரன்ஹாஸ் மற்றும் அவன் கூட்டத்தைத் தீர்த்துக் கட்டினார். அந்நியப்படை மங்களூர் கோட்டையைவிட்டு ஓடியது!

1569-ம் ஆண்டில் மீண்டும் மங்களூரை மட்டுமல்லாது அருகிலிருந்த குந்தப்பூர் பகுதியையும் போர்த்துகீசியப் படை கைப்பற்றியது. ஆனாலும் அபக்கா அவர்களுக்குச் சிம்மசொப்பனமாகவே இருந்தார். ஆனால், தன்னைவிட்டுப் பிரிந்த மனைவியைப் பழிவாங்கத் தயாராக இருந்தார் பங்கர் பகுதி மன்னர். இம்முறை அபக்காவின் போர்த் தந்திரங்கள் எதிரிக்குத் தெரிந்திருக்கும் சூழல்.

1570-ம் ஆண்டில் அபக்கா பிஜாப்பூர் சுல்தான், கோழிக்கோட்டை ஆண்ட ஜம்மோரின் ஆகியோரோடு ஒப்பந்தம் செய்துகொண்டார். ஜாமோரின் தளபதி குட்டி போகார் மரைக்காயர் அபக்கா சார்பில் போரை நடத்தி மங்களூரில் அவர்கள் கோட்டையை அழித்தார். ஆனாலும் திரும்பும்போது கொல்லப்பட்டார். அபக்காவின் கணவர் மூலம் அவரது போர்நுணுக்கங்களை அறிந்து வீழ்த்தியது எதிரிப்படை. கைது செய்து சிறைவைக்கப்பட்டார். சிறையிலும் போராடி வீரமரணம் அடைந்தார் அபக்கா.

கர்நாடகத்தில் நாட்டுப்புறக் கலை வடிவங்களான யட்சகானம் போன்றவற்றில் அப்பாக்காராணியின் கதை பாடல்களாக நிகழ்த்தப்படுகிறது. சாமானியர்களைப் போலவே எளிய ஆடைகளோடு நள்ளிரவிலும் நீதி வழங்கும் பெண்ணாக, அக்னிபானத்தின் சூட்சுமம் அறிந்த கடைசி வீராங்கனையாகப் போற்றப்படுகிறார்.

உல்லால் நகரில் ராணி அபக்கா நினைவகம் அமைந்துள்ளது ஆண்டுதோறும் வீர ராணிஅபக்கா உற்சவம் நடத்தி, புகழ்பெற்ற பெண்களுக்கு ராணியின் பெயரால் விருதும் வழங்கப்படுகிறது. 2003ஆம் ஆண்டு சிறப்பு அஞ்சலட்டையும் வெளியிடப்பட்டது.

உல்லால், பெங்களூரு போன்ற இடங்களில் சிலைகளும் வைக்கப்பட்டுள்ளன.

இந்திய ரோந்துக் கப்பல் ஒன்றுக்கு 2021 ஜனவரி 2014 அன்று ஐசிஜிஎஸ் ராணி அபக்கா எனப் பெயரிடப்பட்டுள்ளது.

சரளாதேவி சௌதுராணி

தேச விடுதலைப் போராட்டத்தின் ஊடாகவே சமூக மாற்றங்களை முன்னெடுக்கும் சிந்தனையும் வலுப்பட்டது. ஆட்சி நிர்வாகம் மட்டுமின்றி, வாழ்க்கை மாற்றங்களும் தேவை என்பதை உணர்ந்த முன்னெடுப்பு இது!

1872 செப்டம்பர் 9, கொல்கத்தாவில் நல்ல கல்விப் பின்புலமுள்ள குடும்பத்தில் பிறந்தார் சரளாதேவி. ரவீந்திரநாத் தாகூரின் சகோதரியான ஸ்வர்ணகுமாரிதேவி - ஜானகிநாத் கோஷல் தம்பதியரின் மகள். தந்தை ஜானகிநாத் வங்காள காங்கிரஸின் ஆரம்பகால செயலர்களில் ஒருவர்.

ராஜாராம் மோகன்ராய் தோற்றுவித்து, சரளாவின் தாய்வழிப் பாட்டனார் அதாவது ரவீந்திரநாத் தாகூரின் தந்தை தேவேந்திரநாத் தாகூர் உருவாக்கிய பிரம்ம சமாஜத்தை இவர்கள் குடும்பம் பின்பற்றியது. 1890இல் பெத்தூன்

கல்லூரியில் ஆங்கில இலக்கியத்தில் பட்டம் பெற்றார் சரளா. பி.ஏ. தேர்வுகளில் முதலிடம் பிடித்தவர் என்ற வகையில் பத்மாவதி தங்கப்பதக்கம் பெற்ற பெண் சரளாதான்.

பட்டம் பெற்றதும் மைசூர் மாகாணத்திற்குச் சென்று மகாராணி பெண்கள் பள்ளியில் ஆசிரியையாக ஓராண்டு பணிபுரிந்தார். பின்னர் வீடு திரும்பி, வங்கமொழிப் பத்திரிகையான பாரதியில் எழுதவும் தனது அரசியல் நடவடிக்கைகளில் ஈடுபடவும் ஆரம்பித்தார். 1895 - 99 வரை தம் தாயோடும் சகோதரியோடும் இணைந்து பாரதி பத்திரிகை ஆசிரியப் பணியைக் கவனித்த சரளாதேவி, 1899 - 1907 வரை தாமே தனியாக நடத்தினார். நாட்டுப்பற்றை வளர்ப்பதும் பத்திரிகையின் இலக்கியத் தரத்தை உயர்த்துவதுமாக அவர் இலக்குகள் இருந்தன.

1904இல் கொல்கத்தாவில் பெண்கள் உருவாக்கும் கைவினைப் பொருட்களுக்காக லக்ஷ்மி பந்தார் என்ற கடையை உருவாக்கினார். 1910இல் சரளாதேவி உருவாக்கிய பாரத் ஸ்த்ரீ மஹாமண்டல் என்ற அமைப்புதான் அனைத்திந்திய அளவிலான முதல் மகளிர் அமைப்பாகும். சாதிமத இன வேறுபாடின்றி பெண்களுக்கு கல்வியும் தொழிற்பயிற்சியும் அளிக்கும் நோக்கத்தில் இந்த அமைப்பு, நாடெங்கும் பல கிளைகளோடு செயல்பட்டது.

1905இல் சரளாதேவி ராம்புஜ் தத் சௌதுரி என்ற வழக்கறிஞரைத் திருமணம் செய்தார். சௌதுரி பத்திரிகையாளர், தேசப்பற்றாளர், ஆர்ய சமாஜத்தைப் பின்பற்றியவர். திருமணத்திற்குப் பிறகு இவர்கள் பஞ்சாப் சென்றனர். அங்கு தன் கணவர் நடத்திவந்த உருது வார இதழ் ஹிந்துஸ்தான் ஆசிரியப் பணியில் உதவிவந்தார் சரளாதேவி. இது பின்னர் ஆங்கிலப் பத்திரிகையாக மாறியது.

ராம்புஜ் சௌத்ரி ஒத்துழையாமை இயக்க நடவடிக்கைகளுக்காகக் கைது செய்யப்பட்ட போது காந்தியடிகள் லாகூரில் இருந்த அவர்கள் இல்லத்துக்குச் சென்றார். பின்னர் சரளாதேவி காந்தியின் சுற்றுப் பயணங்களில் இணைந்து நாடெங்கும் பிரச்சாரம் செய்தார்.

1923இல் கணவர் மறைந்த பின் சரளாதேவி கொல்கத்தா திரும்பி மீண்டும் பாரதி இதழ் பணிகளை, சில ஆண்டுகள் கவனித்தார். 1930இல் கொல்கத்தாவில் ஒரு பெண்கள் பள்ளியை நிறுவினார். 1935இல் பொதுவாழ்விலிருந்து விலகி, ஆன்மிகத்தில்

ஈடுபட்டார். 1945 ஆகஸ்ட் 18, கொல்கத்தாவில் காலமானார். சரளாதேவி கடைசி ஆண்டுகளில் தன் வாழ்க்கை வரலாற்றைப் பத்திரிகையில் தொடராக எழுதினார். அது 2011இல் ஆங்கிலத்திலும் மொழிபெயர்ப்பு கண்டது.

விடுதலைக் களத்தில் வீரமகளிர்

அகிலாண்டத்தம்மாள் வைத்யநாத ஐயர்

உமா மோகன்

பெரும்பணியேற்று தேசத் தொண்டுக்குத் தம்மை அர்ப்பணித்தோர் குடும்பம்கூடத் தள்ளியே நிற்கும் சூழலும் இருக்கையில், முழுமையாக இணைத்துக்கொண்டு இயங்கிய குடும்பத்தினர் அற்புதமானவர்களே!

மதுரை ஏ.வைத்தியநாத ஐயர் சில காலம் ஆசிரியப் பணியாற்றி விட்டு, பின்னர் சட்டம் படித்து வழக்கறிஞராகப் பணியாற்றி வந்தார். அவருக்குத் திருமணமான போது 18 வயது, அவரின் மனைவி அகிலாண்டத்திற்கு 9 வயது.

மதுரை, புதுக்கோட்டை, திருநெல்வேலி என்று வழக்குகளை நடத்திவந்தார். வழக்குகள் குவிய வருமானமும் பெருகியது. கல்லூரிக் காலத்திலேயே பிபின் சந்திரபால் உரையைக் கேட்கச் சென்றதற்காக தண்டனை பெற்றவர்தாம் வைத்தியநாத ஐயர். இரண்டு வார

காலம் தினமும் பெஞ்சு மேல் நின்றபடியே வகுப்புகளைக் கவனித்தவர். ஒத்துழையாமை இயக்கத்தின் போது தன் வழக்கறிஞர் பணியைக் கைவிட முடிவெடுத்தார். அப்போது சுற்றுப் பயணம் மேற்கொண்ட சி.ஆர். தாஸ், நீங்கள் தொழிலைத் தொடர்ந்தால் நிறைய ஊழியர்களை உருவாக்க முடியும்; இயக்கத்திற்கு உதவி செய்யவும் முடியும் என்று தந்த அறிவுரையின் பேரில் தொழிலோடு சமூகப் பணியையும் செய்துவந்தார்.

கதர் பிரச்சாரம், கதர் விற்பனை, மதுவிலக்கு, இந்து முஸ்லிம் ஒற்றுமை, ஹரிஜனத் தொண்டு என்று அண்ணல் அறிவித்த நிர்மாணப் பணிகளை குடும்பமாகவே மேற்கொண்டனர். தண்டி யாத்திரை காலக்கட்டத்தில் தமிழகத்தில் வேதாரண்ய யாத்திரை நடைபெற்றது. இதைத் திட்டமிட்டவரும் இவரே!

வழக்கறிஞர் தொழிலில் புகழ் பெற்றிருக்கும் போது, இவர்களுக்குத் திருமணமாகி நீண்ட காலம் ஆகியும் குழந்தைப் பேறு இல்லையென அகிலாண்டம்மாள் மீது உறவுகள் குற்றம் சொல்லலாயினர். இரண்டாம் திருமணம் பற்றியும் பலவந்தப்படுத்தினர். வைத்தியநாத ஐயரோ முற்றிலுமாக நிராகரித்தார். குழந்தைகள் இருந்தாலும் இல்லாவிட்டாலும் கடைசி வரை அவளே என் மனைவி என உறுதிபடக் கூறினார்.

ஈட்டிய பொருளை எல்லாம் விடுதலை இயக்கப் பணிகளுக்கும் சமூக சீர்திருத்தத்துக்கும் கல்வி உதவிக்குமென வழங்கிவந்தனர். சட்டமறுப்பு இயக்கத்தில் ஐயர் கைதாகி வேலூர் கொண்டு செல்லப்பட்டார். மதுரை காங்கிரஸிடம் தொடர்ந்து இயக்கம் நடத்த போதிய பணம் இல்லை என்பதால் வீட்டிலிருந்த நகைகளைக் கொண்டு வரச் செய்து, விற்று செலவு செய்யுங்கள் எனக் கொடுத்தார். அவர்கள் ஏழாயிரம் ரூபாய்க்கு அடகு மட்டும் வைத்திருந்தனர். ஐயர் விடுதலையாகி வந்து தம் வருமானத்தில் நகையைத் திருப்பினார் .

விருந்தினர் விடுதிகள் அதிகம் இல்லாத காலத்தில் பாபு ராஜேந்திர பிரசாத், வல்லபபாய் படேல், மதன் மோகன் மாளவியா, கமலா தேவி சட்டோபாத்யாயா போன்ற தலைவர்களுக்கு உபசரிப்பும் தங்குமிடமும் அகிலாண்டத்தம்மாள் தம்பதியர் செய்தனர். மூன்று மகன்களும் இரண்டு மகள்களுமாக குடும்பம் பெருகியது. குடும்பங்களில் ஒற்றுமை நிலவ வழிகாட்டும் அற்புத தம்பதியாக

வாழ்ந்தனர். பல்வேறு போராட்டங்களில், பலமுறை கைது செய்யப்பட்டு சிறை சென்றார் ஐயர். அகிலாண்டத்தம்மாளும் 1932-33ஆம் ஆண்டுகளில் மறியல் போராட்டங்களில் கலந்து கொண்டு 2 மாத சிறைத்தண்டனையும் பெற்றார்.

1940ஆம் ஆண்டு தனிநபர் சத்தியாகிரகம் முடிவானபோது, அகிலாண்டம்மாளும் தனிநபர் சத்தியாகிரகத்தில் ஈடுபட்டார். கைது செய்து மூன்று மாதம் வேலூரில் சிறைவாசம் அனுபவித்தார்.

உமா மோகன்

பொனகா கனகம்மா

அரிய செயல்களில் ஈடுபட, சமூகப் பணிகளில் தம்மை அர்ப்பணித்துக்கொள்ள தேசத்தின் சிற்றூர்களில் இருந்தெல்லாம் பெண்கள் புறப்பட காந்தி என்ற மந்திரம் உதவிய காலமது!

1892 ஜூன் 10, நெல்லூர் மாவட்டம் மினகல்லு கிராமத்தில் மருபூரு கொண்டா ரெட்டி - காமம்மா தம்பதியரின் மகளாகப் பிறந்தார். அக்கால வழக்கப்படி கனகம்மா பள்ளிக்கு அனுப்பப்படவில்லை. அவர்கள் குடும்பம் மிகப் பெரிய நிலச்சுவான்தார் குடும்பம். தங்களைப் போலவே வசதியான குடும்பமான தாய்மாமன் சுப்பராம ரெட்டிக்கு கனகம்மாவை எட்டு வயதிலேயே திருமணம் செய்து கொடுத்துவிட்டனர். நெல்லூர் அருகேயுள்ள பொட்லாபுடி கிராமத்துக்கு மருமகளாகச் சென்ற கனகம்மா அங்கும் பள்ளி செல்ல அனுமதிக்கப்படவில்லை.

விடுதலைக் களத்தில் வீரமகளிர்

இருப்பினும் தெலுங்கு, சமஸ்கிருதம், ஹிந்தி மொழிகளை சொந்த முயற்சியில் கற்றுக்கொண்டார்.

1907ஆம் ஆண்டு வந்தேமாதரம் இயக்கப் பணிகளுக்காக விபின்சந்திரபாலும் அவர் மனைவியும் நெல்லூர் வந்தபோது தமது விருந்தினர்களாக அவர்களைப் போற்றினார். அந்த 16 வயதில் தொடங்கியது அவரது பொதுவாழ்வு ஈடுபாடு.

நூலக இயக்கத்தில் ஈடுபாடுகொண்டிருந்த கடைக்குட்டி மைத்துனரான பட்டாபிராமரெட்டியின் உதவியோடு சுஜன ரஞ்சனி சமாஜம், விவேகானந்தா கிரந்தாலயம் ஆகியவற்றைத் தங்கள் கிராமத்தில் உருவாக்கினார் கனகம்மா. இவரது உதவியால் அருகிலுள்ள சில கிராமங்களில் அவரின் தோழிகள் மேலும் நூலகங்களை உருவாக்கினர். தீண்டப்படாதவர்கள் என ஒடுக்கப்பட்டவர்களுக்கும் வறியவர்களுக்குமான மேம்பாட்டுப் பணிகளில் தம்மை ஈடுபடுத்திக்கொண்டார்.

1916 - 1919 வரை சில காலம் புரட்சி இயக்கங்களின் செயல்பாடுகளில் ஆர்வம் காட்டிய கனகம்மா, பிறகு அண்ணலின் கொள்கைவழிப்பட்டார். புரட்சி இயக்க ஈடுபாடு இருந்த போது பெண்ணா நதிக்கரையில் பள்ளிப்பாடு கிராமத்தில் 13 ஏக்கர் நிலம் வாங்கி, ஆயுதப் பயிற்சிக்கும் ஆயுதங்களைப் பதுக்கி வைக்கவும் அளித்திருந்தார். காந்தியக் கொள்கையில் பிடிப்பு வந்த பிறகு, அந்த நிலத்தை பினாகினி சத்யாகிரக ஆசிரமம் உருவாக்க, தானமாகத் தந்தார். சி.வி.கிருஷ்ணா உள்ளிட்ட தேசத் தொண்டர்கள் நிறுவிய இந்த ஆசிரமத்தை 1921 ஏப்ரல் 7இல் மகாத்மா தொடங்கி வைத்தார்.

ஒத்துழையாமை இயக்கம், உப்பு சத்தியாகிரகம் போன்ற போராட்டங்களில் ஈடுபட்டதால் 1930இல் ஆறு மாத கடுங்காவலும், 1932இல் 13 மாத கடுங்காவலும் கனகம்மாவுக்கு விதிக்கப்பட்டது. ராஜாஜி, துர்காபாய் போன்றோர் கனகம்மாவுடன் சிறைவாசிகளாக ராயவேலூரில் அடைப்பட்டிருந்திருக்கிறார்கள்.

காந்திஜி அறிவித்த நிர்மாணத் திட்டத்தின்படி 1923ஆம் ஆண்டு பெண் குழந்தைகள் கல்வி பயில ஸ்ரீகஸ்தூரி தேவி வித்யாலயம் என்ற பள்ளியைத் தொடங்கினார். 1929, மே மாதம் பள்ளிக்கான நிரந்தரக் கட்டிடத்திற்கு மகாத்மா அடிக்கல்

உமா மோகன்

நாட்டினார். ஒன்றரை ஏக்கரில் அமைந்த இந்தப் பள்ளியை 1944இல் கனகம்மா நெல்லூரின் புறநகர்ப் பகுதியில் 20 ஏக்கர் வளாகத்திற்கு மாற்றினார். இன்றும் கனகம்மாவைப் போற்றும் சின்னமாக இப்பள்ளி இருக்கிறது.

காங்கிரஸ் கட்சியின் மாநிலத் துணைத் தலைவராக, அகில இந்திய அளவில் உறுப்பினராக இருந்தார். 1934இல் வளரும் எழுத்தாளராகவும் சமூகப் பணியாளராகவும் இருந்த தன் ஒரே மகள் வெங்கடசுப்பம்மாவை இழந்தார். பின்னர் ஆன்மிகத்தில் தீவிர ஈடுபாடுகொண்டு எழுதிவந்தார். பொனகா கனகம்மாவும் துரோணமாராஜு லக்ஷ்மிபாயம்மாளும் தெலுங்கு மொழியில் முதல் இரட்டைக் கவிஞர்கள் எனப் போற்றப்படுகின்றனர். தாங்களே பக்திப் பாடல்களை இயற்றியதோடு பகவத் கீதையை தெலுங்கில் மொழி பெயர்த்தனர்.

கனகம்மா ஸ்ரீராமயோகியின் வரலாற்றை தெலுங்கிலும் ஆங்கிலத்திலும் எழுதினார். இதனிடையே வெங்கடகிரி ஜமீன்தாரரின் ஆக்கிரமிப்பால் கனகம்மாளின் சொத்துகள் பறிபோயின. நெல்லூர் மாவட்டத்தின் ஜமீன்தாரி முறை ஒழிப்பு போராட்டத்திற்கு ஆதரவாக ஜமீன் ரய்து என்ற பெயரிலேயே கனகம்மா ஒரு வார இதழினை நடத்தினார்.

நெல்லூருக்கு வந்த அரசியல் தலைவர்கள், கலைஞர்கள் ஆகியோரை உபசரிப்பது கனகம்மாளின் வழக்கம். 1952ஆம் ஆண்டு, வறிய, ஆதரவற்ற பெண்களுக்கான தொழிற்பயிற்சி நிலையத்தை கனகம்மா தோற்றுவித்தார். துர்காபாய் தேஷ்முக், மெட்ராஸ் மஹிளாசபா, வெள்ளிவிழா கொண்டாட்டத்தின்போது கனகம்மா சேவையைப் பாராட்டி வெள்ளிக் கேடயம் வழங்கி சிறப்பித்தார்.

1963 செப்டம்பர் 15 தேதி கனகம்மா நெல்லூரில் காலமானார். கனகபுஷ்யராகம் என்ற அவரது வாழ்க்கை வரலாறு 2011இல் வெளியிடப்பட்டது. 2017இல் அவர் தோற்றுவித்த பள்ளிப்பாடு பினாகினி ஆசிரமத்தில் அவரது வெண்கலச் சிலை ஒன்று நிறுவப்பட்டது.

ராதாபாய் சுப்பராயன்

சமூக சேவை, பெண்களுக்கான வாக்குரிமை உள்ளிட்ட உரிமைகளை நிலைநாட்டுவதைத் தமது களமாக அமைத்துக் கொண்ட பெண்கள், மிக நீண்ட சமூக மாற்றத்திற்கான பாதையைத் தொடங்கினார்கள்.

1891 ஏப்ரல் 22இல் மங்களூர் ராம்சாகிப் குடும்முள் ரங்கராவ் என்ற ஜமீன்தாரின் மகளாகப் பிறந்தார் ராதாபாய். மங்களூரில் தொடக்கக் கல்வியைப் பெற்று, பின் சென்னை மாநிலக் கல்லூரியில் பயின்று பட்டம் பெற்றார். அக்கால வழக்கப்படி மிக இளம் வயதிலேயே திருமணமான ராதாபாய் சீக்கிரத்திலேயே கணவரையும் இழந்தார்.

பின்னர் மாநிலக் கல்லூரியில் பயிலும்போது உடன் பயின்ற குமாரமங்கலம் ஜமீன்தார் குடும்பத்தைச் சேர்ந்த

உமா மோகன்

பி.சுப்பராயனுடன் அறிமுகம் ஏற்பட்டது. இருவரும் திருமணம் செய்துகொள்ள முடிவெடுத்த போது சாதி, மொழி வேற்றுமையாலும் மறுமணம் என்பதாலும் கடும் எதிர்ப்பு எழுந்தது. அவற்றைப் புறந்தள்ளி பிரம்மசமாஜ முறைப்படி இருவரும் திருமணம் செய்துகொண்டனர்.

இவர்களுக்குப் பின்னாளில் இந்திய ராணுவத் தலைவராக விளங்கிய ஜெனரல் பரமேஸ்வரன், மத்திய அமைச்சராக விளங்கிய மோகன் குமாரமங்கலம், பெரு நிறுவனங்களின் நிர்வாகியாக விளங்கிய கோபால் என மூன்று மகன்களும் நாடாளுமன்ற உறுப்பினராக விளங்கிய பார்வதி கிருஷ்ணன் என்ற மகளும் பிறந்தனர். கணவர் பி.சுப்பராயன் சென்னை மாகாண முதல்வராகவும் பல முறை அமைச்சராகவும், பின்னாளில் ஆளுநராகவும் பதவிவகித்தவர். ராதாபாய் ஆக்ஸ்போர்டு பல்கலையில் முதுகலைப் பட்டம் பெற்றார்.

சென்னைப் பல்கலைக்கழகத்தின் செனட் உறுப்பினராகத் தேர்ந்தெடுக்கப்பட்டிருந்த ராதாபாய் அகில இந்திய மாதர் சம்மேளனத்தில் உறுப்பினராக இயங்கிவந்தார். குறிப்பாக, பெண்களுக்கான வாக்குரிமை மற்றும் இட ஒதுக்கீடு குறித்த கோரிக்கைகளுக்காகத் தொடர்ந்து குரல் கொடுத்தார்.

1930இல் நடைபெற்ற முதலாவது வட்டமேசை மாநாட்டில் தாங்கள் சொந்த ஏற்பாட்டில் ராதாபாயும் ஜஹானாரா ஷாநாவாஸும் மகளிர் உரிமைகளுக்காக மாநாட்டில் பேச அனுமதி பெற்றனர். சட்டமன்றங்களில் பெண்களுக்கு 5 சதவீத இட ஒதுக்கீடு வேண்டும் என்ற அவர்களது வாதம் வெற்றி பெறவில்லை. இரண்டாவது வட்டமேசை மாநாட்டிலும் ராதாபாய் கலந்துகொண்டார்.

இரண்டாவது வட்டமேசை மாநட்டின் அடிப்படையில் இந்தியாவில் தேர்தல் சீர்திருத்தங்கள், இட ஒதுக்கீடு வாக்குரிமை போன்றவற்றை விவாதித்து முடிவெடுக்க லோதியன் கமிட்டி அமைக்கப்பட்டது. நாடெங்கும் பயணித்து பல்வேறு தரப்பினரின் கருத்துகளை அறிந்த இக்குழுவின் பணியில் ராதாபாயும் ஈடுபட்டிருந்தார்.

1937இல் சென்னை மாகாண சட்டமன்றத் தேர்தலில் இந்திய தேசிய காங்கிரஸ் சார்பில் ஒதுக்கீடு பெற்று, போட்டியிட

விரும்பினார். ஆனால், அது நடக்கவில்லை. இருப்பினும் 1938இல் பொதுத் தொகுதி வேட்பாளராகப் போட்டியின்றி தேர்ந்தெடுக்கப்பட்டார் ராதாபாய். இதன் மூலம் மாநிலங்களவை உறுப்பினரான முதல் பெண் என்ற பெருமையையும் பெற்றார்.

உமா மோகன்

மணிபென் படேல்

மிகப் பெரிய தலைவராக ஒருவர் உருவாகும்போது, அவரது கொள்கைகளை அதே பற்றோடு அவரது குடும்பமும் கடைப்பிடிப்பது சற்று அரிதாகிவிட்ட சூழலில் தந்தையின் பெயர் சொல்ல வந்த மகள்கள் நம் விடுதலைப் போரில் இருந்தனர்.

1903 ஏப்ரல் 3 சர்தார் வல்லபபாய் படேல் - ஜாவர்பா தம்பதியருக்கு மகளாகப் பிறந்தார் மணிபென் படேல். மணிபென்னுக்கு ஆறு வயதாகும் போதே வல்லபபாய் படேலின் காதல் மனைவி ஜாவர்பா புற்றுநோய்க்குப் பலியானார். மறுமணம் செய்து கொள்ள மறுத்துவிட்டார் படேல். பெரியப்பா வித்தல்பாய் படேல் குடும்பத்தினரின் கவனிப்பில் மணிபென்னும் அவரது தம்பி தயாபாயும் வளர்ந்தனர். தொடக்கக் கல்வியை பம்பாய் ராணி மேரி

உயர்நிலைப் பள்ளியில் முடித்த மணிபென், கல்லூரிக் கல்வியை மகாத்மா காந்தி தோற்றுவித்த ராஷ்டிரிய வித்யாபீடம் என்ற அலகாபாத் பல்கலைக்கழகத்தில் முடித்தார்.

1925இல் பட்டம் பெற்றபின் படேலின் இறுதிவரை அவரது உதவியாளராகவே வாழ்ந்தார் மணிபென். 1923-24 காலக்கட்டத்தில் வெள்ளை ஆங்கிலேய அரசு சாதாரண மக்கள் மீது கடுமையான வரிகளை விதித்தது. செலுத்தாவிட்டால் அவர்களது கால்நடைகளையோ வீடு, நிலங்களையோ ஜப்தி செய்தனர். இந்தக் கொடுமைகளை எதிர்த்துப் போராடி வரிகொடுக்க மறுக்கும் போராட்டத்தை காந்தியும் படேலும் முன்னெடுத்தனர். இதில் இணைய வரும்படி பெண்களுக்கு ஊக்கம் அளித்தார் மணிபென். 1928இல் பர்தோலியிலும் போர்சால் மக்கள் அனுபவித்த கொடுமைகளையே நிகழ்த்தினர். எனவே, பர்தோலி வரி கொடா இயக்கத்தை நடத்த அண்ணலின் உத்தரவுப்படி படேல் சத்தியாகிரகம் தொடங்கினார். இங்கும் போராட்டத்தில் பெண்கள் இயங்க தயங்கிய சூழலே நிலவியது. மிதுபென்பெடிட், பக்திபா தேசாய் உள்ளிட்டவர்களோடு இணைந்து பெண்கள் அதிக அளவில் கலந்துகொள்ள வழிவகுத்தார் மணிபென். அரசாங்கம் கைப்பற்றக்கூடிய நிலத்திலேயே தற்காலிகமாக குடிசைகள் போட்டுத் தங்கி பெண்கள் இந்தப் போராட்டத்தை நடத்தினர்.

1938இல் கொடுங்கோல் நிர்வாகம் செய்த ராஜ்கோட் மாகாண திவானுக்கு எதிராக ஒரு சத்தியாகிரகப் போராட்டம் ஏற்பாடானது. உடல்நிலை சரியில்லாத போதும் கஸ்தூர்பா இதில் கலந்துகொள்ள உறுதி காட்டி வந்துவிட்டார். எனவே அவருக்குத் துணையாக மணிபென் இருந்தார். இவர்கள் இருவரையும் பிரிக்க வேண்டும் என அந்தக் கொடுங்கோல் நிர்வாகம் உத்தரவிட்டது. இந்த உத்தரவை எதிர்த்து மணிபென் உண்ணாவிரதத்தில் ஈடுபட வேறு வழியின்றி அவர் கஸ்தூர்பாவை அடைய நிர்வாகிகள் அனுமதித்தனர்.

காந்திய வழிப்படி வாழ்க்கையை வகுத்துக்கொண்ட மணிபென், பிரார்த்தனை, நூல் நூற்றல், வாசித்தல், நோயாளிகளுக்குப் பணிவிடை செய்தல் போன்ற பழக்க வழக்கங்களைச் சிறை வாழ்க்கையிலும் மாற்றிக்கொள்ளாதவர். தம்முடையதும், தந்தை வல்லபபாய்

படேலுடையதுமான ஆடைகள் எப்போதும் தாம் நூற்ற நூலால் நெசவு செய்யப்பட வேண்டும் என்பதில் உறுதியாக இருப்பார்.

ஒத்துழையாமை இயக்கம், உப்பு சத்தியாகிரகம் போன்ற போராட்டங்களின் போது நீண்ட சிறைவாசங்களை அனுபவித்தார். வெள்ளையனே வெளியேறு போராட்டத்தின் போது 1942 முதல் 1945 வரை எரவாடா மத்திய சிறையில் அடைக்கப்பட்டிருந்தார். சிறைவாசம் தவிர்த்த காலங்களில் படேல் உடன் அவரது செயலர் போல இயங்கி வந்த அனுபவங்களை நாட்குறிப்பாக எழுதி வந்திருக்கிறார் மணிபென். ஆயிரம் பக்கங்களுக்கு மேற்பட்ட புத்தகமாக அது உருவாகிவருகிறது.

1950இல் படேல் மறைவுக்குப் பின் சர்தார் படேல் நினைவு அறக்கட்டளை உள்ளிட்ட தொண்டு அமைப்புகளுடன் இணைந்து இயங்கிவந்தார். 1952 முதல் பொதுத்தேர்தலில் தெற்கு கைரா தொகுதியில் வென்று மக்களவை உறுப்பினரானார். மேலும் சில முறை மக்களவை உறுப்பினராகவும் ஒருமுறை மாநிலங்களவை உறுப்பினராகவும் பதவி வகித்தார்.

1990 மார்ச் 26 அன்று காலமாகும் வரை பல்வேறு கல்வி நிறுவனங்களோடும் காந்திய தொண்டு நிறுவனங்களோடும் இணைந்து பங்களித்து வந்தார் மணிபென் படேல்.

குலாப் கௌர்

கட்சி, இயக்கம், கூட்டம், மாநாடு, சொற்பொழிவு, போராட்டம் என்றிருந்த விடுதலைப் போர்க்களத்தில் ஆயுத விநியோகம், ரகசிய திட்டம், அயல்நாடுகளில் இருந்து திட்டமிடுவது என்றெல்லாம் புரட்சி வழிகளை நாடிய இயக்கங்களிலும் மகளிர் பங்கேற்றிருந்தனர்.

1890இல் பஞ்சாப் மாகாணத்தின் சங்க்ரூர் அருகில் உள்ள பக்ஷிவாலா கிராமத்தில் ஏழை விவசாயக் குடும்பத்தில் பிறந்தார் குலாப் கௌர். மிகச் சிறிய வயதிலேயே மான்சிங் என்பவரோடு திருமணம் நடைபெற்றது. வெள்ளையர்களின் கொடுங்கோன்மையால் தங்கள் வாழ்வாதாரத்தை இழந்து வறுமையில் வாடிய பல்லாயிரம் விவசாயிகளைப் போலவே இவர்களுக்கும் வாழ்க்கை துன்பமாக இருந்தது. எனவே, அத்தகைய பலரைப் போல இவர்களும்

உமா மோகன்

அமெரிக்கா சென்று வேலைப் பார்த்து, பிழைத்துக்கொள்ளலாம் என்ற முடிவுக்கு வந்தனர். அதற்கு நேரடியாகச் செல்ல இயலாது. எனவே, முதலில் பிலிப்பைன்ஸ் சென்றனர்.

மணிலாவில் மான்சிங்கும் குலாப் கௌரும் பஞ்சாபைச் சேர்ந்தவர்கள் நடத்திய கத்தார் இயக்க வட்டங்களில் கலந்து கொள்ள நேர்ந்தது.

கத்தார் இயக்கம் சீக்கியர்கள் இந்திய விடுதலைப் போராட்டத்திற்காக உருவாக்கிய அமைப்பு, பாபா ஹஃபிஸ் அப்துல்லா, பாபா பண்டா சிங், பாபா ஹர்னாம் சிங் போன்றவர்களின் உரைகளும் இயக்கமும் குலாப் கௌரை வெகுவாக ஈர்த்தன. 1913-14களில் அமெரிக்கா, கனடா, பிலிப்பைன்ஸ், ஹாங்காங், சிங்கப்பூர் போன்ற நாடுகளில் குடியேறியவர்களின் சுதந்திரத்திற்காக உருவாக்கப்பட்டது. முக்கியமாக வெள்ளையர் ஆட்சியிலிருந்து இந்தியாவை விடுவிக்க பிரச்சாரமும் போராட்டங்களும் உருவாக்கப்பட்டன.

பத்திரிகையாளர் அடையாள அட்டை ஒன்றை வைத்துக் கொண்டு, இயக்க உறுப்பினர்களுக்கு ஆயுத விநியோகம் செய்வதில் குலாப் கௌர் சிறப்பாகச் செயல்பட்டார். தன் பிரச்சாரம் மூலம் மற்றவர்களை உத்வேகம்கொண்டு இயக்கத்தில் சேரவும் வைத்தார்கள்.

இந்தியா செல்வோரிடையே பிரசுரங்களை வழங்குவது, உரையாற்றுவது என்ற குலாப் கௌரின் பணியில் கட்சியின் மணிலா பிரிவு வலுப்பெற்றது. யாராவது நம்பிக்கையிழந்து விலகுவது போல் தோன்றினால், தன் இடது கை வளையல்களை அவிழ்த்து உயர்த்திப் பிடித்தபடி, இந்த அரிய தருணத்தில் தாய்நாட்டின் விடுதலைக்குப் போராட முடியாதவர்கள் இந்த வளையல்களை அணிந்துகொண்டு முடங்கட்டும். நாங்கள் பெண்களே அவர்கள் இடத்தில் நின்று போராடுவோம்' என முழங்கி அவர்களை வீறுகொள்ள வைத்திருக்கிறார்.

ஒருகட்டத்தில் கத்தார் கட்சி குலாப் கௌர் இந்தியா திரும்பி இயக்கப் பணிகளை மேற்கொள்ள உத்தரவிட்டது. ஆனால், அவர் கணவர் உடன்வர மறுத்து திட்டமிட்டபடி அமெரிக்கா செல்வதே தன் வழி என்று புறப்பட்டார். குலாப் கௌர், சொந்த

விடுதலைக் களத்தில் வீரமகளிர்

வாழ்க்கையைவிட நாட்டுப்பணியே முக்கியம் என கணவரைப் பிரிந்து கட்சி திட்டத்தைப் பின்பற்றினார். கப்பல் மூலமாக 50 கத்தார் இயக்க உறுப்பினர்களுடன் இந்தியா திரும்பினார் குலாப். தன் குடும்ப உறுப்பினர்கள் காவல்துறையில் சிக்கி, துன்புறுவதைத் தவிர்க்க இயக்கத்தைச் சேர்ந்த ஜிவான் சிங் மனைவி எனத் தன் அடையாளத்தை மாற்றிக்கொண்டார். கபுர்தலா, ஹோஷியார்பூர், ஜலந்தர் பகுதி கிராமங்களில் இயக்கப் பணிகளை மேற்கொண்டுவந்தார் குலாப் கௌர்.

பிரிட்டிஷ் காவல்துறை அவரைக் கைது செய்து லாகூரில் உள்ள ஒரு கோட்டையில் சிறைவைத்தது. இரண்டு வருடங்கள் கடும் சித்திரவதைக்கு ஆளானபோதும், தனது தேசப்பற்றையோ தன் இயக்கத்தின் மீதான பிடிப்பையோ இழக்காது துன்புற்ற குலாப் கௌர் நோய்வாய்ப்பட்டு, 1941இல் காலமானார்.

உமா மோகன்

வயலட் ஆல்வா

தலைமுறைகளின் முன்னோடியாகக் கல்வி கற்று தலையெடுத்த பெண்களும் பொதுவாழ்வில், விடுதலைப் போரில் கலந்துகொள்வதைக் கடமையெனக் கருதிய காலமது!

1908 ஏப்ரல் 24, அகமதாபாதில் பிறந்தவர் வயலட் ஹாரி. இங்கிலாந்து பிராட்டஸ்டண்ட் திருச்சபையின் ஆரம்பக் கால பங்குத்தந்தைகளில் ஒருவர் ரெவரண்ட் லக்ஷ்மண் ஹாரி. அவரது ஒன்பது குழந்தைகளில் வயலட் எட்டாவது.

16 வயதிலேயே பெற்றோர் இருவரையும் இழந்துவிட்ட வயலட், மூத்த சகோதர சகோதரியர் உதவியில் கல்வி தொடர்ந்தது. பம்பாய் புனித சேவியர் கல்லூரியில் பட்டப்படிப்பும் அரசினர் சட்டக்கல்லூரியில் சட்டப்படிப்பும் முடித்தார். சில காலம் பம்பாய்,

விடுதலைக் களத்தில் வீரமகளிர்

இந்திய பெண்கள் பல்கலைக்கழகத்தில் ஆங்கிலப் பேராசிரியராக இருந்தார்.

தென்கனரா பகுதியில் பிரபலமான கத்தோலிக்க கிறிஸ்தவ இளந்தலைவராக வளர்ந்து வந்த மாணவர் ஜோகிம் ஆல்வாவை சட்டக் கல்லூரியில் பயின்ற காலத்தில் சந்தித்தார். இருவரும் 1937இல் திருமணமும் செய்துகொண்டனர். 1944இல் உயர்நீதிமன்றத்தில் முழு ஆயத்தில் வாதாடிய முதல் இந்தியப் பெண் வழக்கறிஞர் வயலட் ஆல்வர்.

இருவரும் வழக்கறிஞர்களாகப் பணியாற்றி வந்தனர். இந்தத் தம்பதியருக்கு நிரஞ்சன், சித்தரஞ்சன் என்ற இரு மகன்களும் மாயா என்ற மகளும் உண்டு. தம்பதியர் இருவரும் விடுதலைப் போராட்டத்திலும் ஈடுபட்டு வந்தனர். 1943இல் வயலட் ஆல்வா வெள்ளையனே வெளியேறு போராட்டத்தில் ஈடுபட்டதற்காகக் கைது செய்யப்பட்டார். ஐந்து மாதக் குழந்தையான இளைய மகன் சித்தரஞ்சனையும் தூக்கிக்கொண்டு சிறைபுகுந்தார் வயலட்.

1944இல் வயலட் தி பேகம் என்ற பெயரில் மகளிருக்கான பத்திரிகையைத் தொடங்கினார். பின்னர் இதன் பெயரை இந்தியன் வுமன் என்று மாற்றினார். இதற்கு முன்பாகவே 1943இல் கணவர் ஜோகிம் ஆல்வா உடன் இணைந்து ஃபோரம் (Forum) என்ற வாரப் பத்திரிகையைத் தொடங்கி நடத்திவந்தார் வயலட். தேசபக்தர்களின் சுதந்திரப் போராட்டக் கனலை மூட்டும் எழுத்துகளைச் சுமந்துவந்தது ஃபோரம் இதழ்.

1946 முதல் 1947 வரை பம்பாய் நகராட்சியின் துணைத்தலைவர், 1947இல் கௌரவ நீதிபதி 1948 முதல் 54 வரை சிறார் நீதிமன்றத் தலைவர் போன்ற பொறுப்புகளை வகித்தார் வயலட். எண்ணற்ற சமூக சேவை அமைப்புகள், தொண்டு நிறுவனங்கள், தொழிற்சங்கங்கள், மகளிர் தொழில் முனைவோர் அமைப்புகள், சர்வதேச பெண் வழக்கறிஞர்கள் சங்கம் போன்றவற்றிலும் தொடர்ந்து பொறுப்புகளை வகித்துவந்தார் வயலட். அகில இந்திய பத்திரிகை ஆசிரியர்கள் கூட்டமைப்பின் நிலைக்குழுவிற்குத் தேர்ந்தெடுக்கப்பட்ட முதல் பெண்மணி என்ற பெருமையையும் சுமந்தவரே வயலட் ஆல்வா!

1952இல் மாநிலங்களவைக்குத் தேர்ந்தெடுக்கப்பட்டார் வயலட். குடும்பக் கட்டுப்பாடு, பரிசோதனைகளில் பயன்படுத்தப்படும்

உமா மோகன்

விலங்குகளின் உரிமைகள், பாதுகாப்புக் கொள்கைகள் எனப் பல விஷயங்களிலும் பங்களித்தார். மொழிவாரி மாநிலங்கள் உருவாக்கத்தை ஆதரித்த வயலட் அந்நிய முதலீடுகளைப் பெறுவதில் எச்சரிக்கையாக இருக்கும்படி அரசுக்கு எடுத்துரைக்கவும் செய்தார்.

1957... இரண்டாவது பொதுத்தேர்தலுக்குப் பின் மத்திய உள்துறை இணையமைச்சர் பொறுப்பை வகித்தார். 1962இல் மாநிலங்களவை துணைத் தலைவராகப் பதவியேற்றார். இப்பதவி வகித்த முதல் பெண் இவரே! மாநிலங்களவையில் 1962 முதல் 1969 வரை இருமுறை பொறுப்பு வகித்த வயலட் ஆல்வா, 1969 நவம்பர் 16 அன்று பதவி விலகினார். நான்கே நாட்களில் உடல்நலக் குறைவினால் காலமானார்.

2007-ம் ஆண்டில் இந்திய நாடாளுமன்ற வரலாற்றில் தம்பதிகளாகப் பதவிவகித்த முதல் உறுப்பினர்களான ஜோகிம்-வயலட் ஆல்வா தம்பதியரின் படம் நாடாளுமன்றத்தில் திறந்துவைக்கப்பட்டது. 2008 வயலட் ஆல்வா பிறந்த நூற்றாண்டில், இந்திய அரசு, தம்பதியருக்குச் சிறப்பு தபால் தலை ஒன்றை வெளியிட்டது.

மஸூமா பேகம்

சமூகத்தின் நம்பிக்கைகள், பழக்க வழக்கங்கள் தங்களை எவ்வளவு பின்னுக்கு இழுத்தாலும் அரிதின் முயன்று தாமும் முன்னேறி சார்ந்தோர்க்கும் உதவ வைப்பதாக அமைந்தது நமது விடுதலைப் போராட்டக் களம்.

ஹைதராபாத்தைச் சேர்ந்த சாலார் ஜங்குக்கும் பின்னர் நிஜாமுக்கும் நெருங்கிய உதவியாளராக இருந்த மிகப்பெரும் கல்வியாளரின் மகள் தய்யிபா பேகமின் மூத்த மகளாகப் பிறந்தவர் மஸூமா பேகம். அவர் கணவரும் உயர் அதிகாரி. 1902 அக்டோபர் 8 பிறந்த மஸூமாவின் தாய் அந்தக் காலத்திலேயே உயர்கல்வி கற்றவர். இருப்பினும் தான் வாழ்நாள் முழுவதும் பர்தா முறையைப் பின்பற்றினார். மஸூமாவும் அவரது சகோதரிகளும் மகளிர் பள்ளியில் பயின்றனர். 1922இல்

ஆக்ஸ்போர்டில் கல்வி பெற்றுத் திரும்பிய தனது உறவினர் ஹுசைன் அலி கான் அவர்களை மணந்தார். ஹுசைன் உஸ்மானியா பல்கலைக்கழக ஆங்கிலத்துறைத் தலைவரானவர்.

பர்தா முறையிலிருந்து வெளியேறும் முயற்சிகள் இந்தியா விடுதலை பெறும் வரை மஸூமாவுக்குப் போராட்டம்தான். இத்தனைக்கும் 1921 முதலே கல்வி மற்றும் சமுதாய முன்னேற்ற செயல்பாடுகளில் ஈடுபட்டுவந்தார். தேச விடுதலைப் போராட்டத்தில் ஆர்வம்கொண்டு இந்திய தேசிய காங்கிரஸில் உறுப்பினரானவர்.

இவ்வளவு பின்புலம் இருந்தபோதும் கணவரின் மிக நெருங்கிய நண்பர்கள் வட்டத்தில் மட்டுமே அறிமுகம் நடக்கும். விருந்துகளில் கலந்துகொள்ள அழைப்பு வந்தால், யார் யாரெல்லாம் அழைக்கப்பட்டிருக்கிறார்கள் என்பது விசாரிக்கப்பட்டு, நெருங்கிய வட்டம் தவிர்த்த வெளியார் பெயர் பட்டியலில் இருந்தால் மனைவி வீட்டில் தங்கிவிட கணவன் மட்டுமே செல்வது வழக்கம் என மஸூமா எழுதியிருக்கிறார்.

“அஞ்சுமன்” அமைப்பின் தலைவராக, பெண்களும் சரிநிகர் சமானமாக நடத்தப்படுவதற்கான, குறிப்பாக இஸ்லாமியப் பெண்களின் ஏற்றத்தாழ்வுகள் அகற்ற கல்வியையும் விழிப்புணர்வையும் பரப்பும் பெருந்தொண்டை முன்னெடுத்தார். அரசியலிலும் நிர்வாகத்திலும் அனுபவம்மிக்கவராக இருந்த மஸூமாவுக்கு 1952 பொதுத்தேர்தலில் போட்டியிட வாய்ப்பளிக்கப்பட்டது. இருமுறை வென்று அமைச்சராகவும் பொறுப்பேற்று, அமைச்சர் பதவியேற்ற முதல் இஸ்லாமியப் பெண் என்ற சிறப்பையும் பெற்றார். 1957இல் கட்சியின் மாநில துணைத்தலைவர் பொறுப்பையும் ஏற்றார்.

1927 முதலே அகில இந்திய மகளிர் பேரவையின் உறுப்பினராக இருந்த மஸூமா, இருமுறை துணைத்தலைவராகவும் 1962இல் தலைவராகவும் பதவி வகித்தார். பேரவையின் அயலக உறவுகளை மேம்படுத்தும் பணியையும் செவ்வனே செய்து, இலங்கை, ரஷ்யா, யுகோஸ்லவியா, இந்தோனேஷியா போன்ற நாடுகளுக்கு பிரதிநிதிகள் குழுவின் தலைவராகச் சென்றார். 1959இல் ஜெனிவாவில் நடைபெற்ற ஐ.நா. சபை மாநாட்டின் குழு உறுப்பினராகக் கலந்துகொண்டார். செஞ்சிலுவைச் சங்க

நிர்வாகி, 1966இ ல் மத்திய சமூக நலவாரியத் தலைவி போன்ற பல பொறுப்புகளை வகித்த மஸூமா பேகம், சிறந்த வாதத்திறனுள்ள பேச்சாளர். பாரசீகம், உருது, ஆங்கிலம் போன்ற பல மொழிகளில் வல்லவர். எழுத்தும் வாசிப்பும் இவர் ஆர்வங்கள்.

1962இல் அரசியலிலிருந்து விலகி தீவிரமாக சமூகத் தொண்டை மட்டுமே கவனித்துவந்த மஸூமா பேகத்திற்கு 1974ஆம் ஆண்டு பத்மஸ்ரீ விருது வழங்கப்பட்டது. 1990 மார்ச் 2ஆம் தேதி மஸூமா பேகம் காலமானார்.

உமா மோகன்

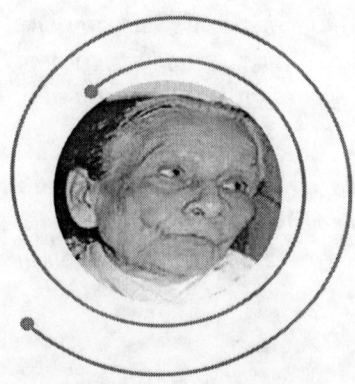

புஷ்பலதா தாஸ்

அடிமைப்பட்டிருக்கிறோம் என்ற உணர்வினால் பள்ளிப் பருவத்திலேயே தங்களை சமூகத்தோடு பிணைத்துக்கொள்ளத் துடித்த பிஞ்சுகளின் மனதில் நிறைந்திருந்தது தேசபக்தி!

1915 மார்ச் 27, ராமேஸ்வர் சைக்கியா - ஸ்வர்ணலதா தம்பதியர் மகளாக அசாமின் வடக்கு லக்கிம்பூரில் பிறந்தார் புஷ்பலதா. 6 வயது இருக்கும்போதே சுதேசி பொருள் பிரச்சாரம் செய்யும் வானர சேனையில் சேர்ந்தார். பான்பஜார் மகளிர் உயர்நிலைப் பள்ளியில் படிக்கும்போதே, புஷ்பலதாவின் அரசியல் நடவடிக்கைகள் தொடங்கிவிட்டன. முக்திசங்கா என்ற அமைப்பின் செயலாளராக இருந்தார். 1931இல் பிரிட்டிஷ் அரசு பகத்சிங்கைத் தூக்கிலிட்ட போது புஷ்பலதாவும் அவர் சகாக்களும் இதை எதிர்த்துப் போராட்டம் ஒன்றுக்கு ஏற்பாடு

விடுதலைக் களத்தில் வீரமகளிர்

செய்தனர். அதனால் பள்ளியைவிட்டு நீக்கப்பட்ட புஷ்பலதா தனிப்பயிற்சி பெற்று மெட்ரிகுலேஷன் தேர்ச்சி பெற்றார். 1934இல் பனாரஸ் ஹிந்து பல்கலைக்கழகத்தில் சேர்ந்து இண்டர்மீடியட் தேர்ச்சி பெற்று பின் ஆந்திரா பல்கலைக்கழகம் மூலம் 1938இல் முதுகலைப்பட்டம் பெற்றார். 1940இல் கவுஹாத்தி சட்டக் கல்லூரியில் சேர்ந்தார். அங்கும் கல்லூரி மாணவர் செயலாளராகப் பொறுப்பேற்றார்.

அப்போது காந்திஜி அறிவித்த ஒத்துழையாமை இயக்கத்தின் தனிநபர் சத்தியாகிரகத்தில் ஈடுபட்டு, புஷ்பலதா தனது சட்டக்கல்வியைத் துறந்தார். தேசிய திட்டக்குழுவின் மகளிருக்கான துணைக் குழு பணிகளுக்காக மும்பை சென்று கிட்டத்தட்ட இரண்டு ஆண்டுகள் தங்கினார். மிருதுளா சாராபாய், விஜயலஷ்மி பண்டிட் போன்றோரோடு இணைந்து பணியாற்றும் சூழல்கள் அமைந்தன. அது போலவே அப்போதைய அசாம் சட்டமன்ற உறுப்பினராக இருந்த ஓமியோகுமார் தாஸையும் சந்தித்தார்.

1942இல் ஓமியோகுமார்தாஸை மணந்து அசாம் திரும்பினார் புஷ்பலதா. சாந்திவாகினி, மிருத்யுவாகினி என்ற இரண்டு அமைப்புகளை உருவாக்கினார். தாரங் மாவட்டத்தில் மகளிர் தொண்டர்களைத் திரட்டிப் போராட்டம் நடத்தும் பொறுப்பு தாஸ் தம்பதியினருடையது. பிரிட்டிஷ் ஆட்சிக்கு எதிர்ப்பு தெரிவிக்கும் விதமாக அமைதியான பேரணிகளை நடத்தி, அந்தந்த காவல் நிலையங்களின் உச்சியில் தேசியக் கொடியை ஏற்றுவதே திட்டம். 1942 செப்டம்பர் 20இல் நான்கு நிலையங்களை நோக்கி இவர்கள் படை முன்னேறியது. ஆனால், காவல்படையோ கடும் தாக்குதலையும் துப்பாக்கிச்சூட்டையும் நடத்திட, சிலர் கொல்லப்பட்டனர், பலர் படுகாயமுற்றனர்.

1942 முதல் மூன்றரை ஆண்டுகள் பாதுகாப்பு சட்டப்படி சிறைத்தண்டனை பெற்றார் புஷ்பலதா தாஸ். சிறைவாசத்தின் போது உடல்நிலை பாதிக்கப்பட்டு சிறை அதிகாரிகளே இடைக்கால அனுமதி பெற்று வெளியில் சென்றுவருமாறு கூறியபோதும் மறுத்துவிட்டார் புஷ்பலதா.

கட்சியின் அசாம் மாநில மகளிர் பிரிவு தலைவியாக இருந்தார் புஷ்பலதா. விடுதலைக்குப் பின் மாநிலங்களவை உறுப்பினராக 1952 முதல் 1961 வரை பதவி வகித்தார். கணவர் ஓமியோ குமார்தாஸ்

உமா மோகன்

1951 முதல் 1967 வரை உறுப்பினராக இருந்த தேக்கியாஜூலி சட்டமன்றத் தொகுதியில் அவருக்குப் பிறகு இருமுறை நின்று வெற்றியும் கண்டார். 1975இல் கணவர் மறைந்த பிறகு தேர்தல் அரசியலில் இருந்து விலகி சமூக சேவையில் மட்டுமே கவனம் செலுத்தினார். காதி துறையின் அசாம் தலைவர், பூதான இயக்க அசாம் தலைவர், தணிக்கை வாரிய உறுப்பினர் போன்ற பல பதவிகளை வகித்தவர். அசாம் கஸ்தூர்பா காந்தி நினைவு நிதி தலைவராகவும் இருந்தார். ஜெயந்தி என்ற அசாம் மொழிப் பத்திரிகையின் ஆசிரியராகவும் இருந்தார்.

1976இல் ஒரு புத்தகத்தையும் வெளியிட்டார். 1999இல் பத்மபூஷண் விருது வழங்கி புஷ்பலதாவை கௌரவப்படுத்தியது இந்திய அரசு. 2003 நவம்பர் 9, முதுமையினால் காலமானார் புஷ்பலதா தாஸ்

விடுதலைக் களத்தில் வீரமகளிர்

லான்ஸ் நாயக் கோவிந்தம்மாள்

பிழைப்பதற்காக உழைக்கச் சென்ற இடத்திலும் சுதந்திர ஆர்வம் உந்த வாழ்வை மாற்றிக் கொண்ட பெண்கள் படையை நேதாஜி நமக்குக் காட்டினார்.

1926ஆம் ஆண்டு வேலூர் மாவட்டம் ஆம்பூரில் பிறந்தவர் கோவிந்தம்மாள். சிறு வயதில் தந்தையுடன் மலேசியாவுக்குச் சென்றார் கோவிந்தம்மாள். 8ஆம் வகுப்பு வரை படித்தார். அங்கு ரப்பர் எஸ்டேட்டில் எழுத்தராகப் பணிபுரிந்த அருணாசலம் என்பவருடன் திருமணம் நடைபெற்றது.

மலேசியாவில் நேதாஜி சுபாஷ் சந்திரபோஸ் உரையாற்றிய போது, அங்கு சென்ற கோவிந்தம்மாள், நேதாஜியின் பேச்சால் ஈர்க்கப்பட்டு தான் அணிந்திருந்த தங்க நகைகளைக் கழற்றி அங்கேயே ராணுவ நிதிக்காக அளித்தார். மேலும் தனது ஒரு

ஏக்கர் ரப்பர் தோட்டத்தையும் இந்திய தேசியப் படைக்கு நன்கொடையாக அளித்திருக்கிறார்.

நேதாஜி இந்திய தேசியப் படையில் ஜான்சிராணி படை என்ற பெண்கள் பிரிவு ஒன்றை ஏற்படுத்தப் போவதாக அறிவித்தார். டாக்டர் லட்சுமி ஸ்வாமிநாதன் அதன் தலைமைப் பொறுப்பேற்று 1943 ஜூலை 8, பெண்களைப் படைவீரர்களாக சேர்க்கத் தொடங்கினார். 1500 பெண்கள் சிப்பாய்களாகச் சேர்ந்தனர். இந்தியாவைவிட்டுச் சென்று அந்நிய மண்ணில் குடியேறியபோதும் இந்திய விடுதலைக்காகத் தம்மை அர்ப்பணிக்க முன்வந்த அவர்களை கேப்டன் லட்சுமி பாராட்டி எழுதினார்.

கோவிந்தம்மாள் 1943ஆம் ஆண்டு ஜான்சி ராணி படை சிப்பாயாகச் சேர்ந்தார். துப்பாக்கிச் சுடும் பயிற்சி பெற்றார். நேதாஜியின் பாராட்டுதலும் அவருக்கு கிடைத்தது.

நாடு விடுதலை பெற்ற பிறகு 1949ஆம் ஆண்டு கணவருடன் வேலூர் மாவட்டம் ஆம்பூருக்கு வந்தார் கோவிந்தம்மாள். லாரி டிரைவராகப் பணியாற்றி வந்த அவர் கணவர் 1960இல் ஒரு விபத்தில் காலமானார். 4 மகன்கள், ஒரு மகள் என இவர்களைக் காப்பாற்ற ஒரு பள்ளியில் மதிய உணவு சமையல் போன்ற வேலைகளைச் செய்து வாழ்ந்துவந்தார் கோவிந்தம்மாள்.

2016ஆம் ஆண்டு டிசம்பர் மாதம் முதுமையினால் காலமானார் கோவிந்தம்மாள்.

பார்வதி கிரி

விடுதலைப் போராட்ட வீரர்களின் சந்திப்பும் உரையாடலும் திட்டமிடலும் சக மக்களை ஈர்த்து போராட்டத்தில் அழைத்து வந்தது வயது வேறுபாடின்றி!

ஒடிசாவின் சம்பல்பூர் மாவட்டத்தைச் சேர்ந்த பிஜேபூர் அருகிலுள்ள சம்லைபடார் என்ற கிராமத்தில் தனஞ்சய் கிரி என்பவரின் மகளாக 1926 ஜனவரி 19 பிறந்தார் பார்வதி. அவருடைய உறவினர் ராமச்சந்திர கிரி விடுதலைப் போராட்டத்தில் ஈடுபட்ட முக்கிய நபராக இருந்தார். எனவே ஒடிசாவில் புகழ்பெற்ற விடுதலைப் போராட்ட தலைவர்களான ஃபகிரா பெஹ்ரா, பாகீரதி பட்நாயக், அவர் மனைவி ஜம்போபதி பட்நாயக், துர்காபிரசாத் குரு உள்ளிட்டோர் அரசியல் விவகாரங்களை ராமச்சந்திர கிரி வீட்டுக்கு வருகை தந்து உரையாடுவது வழக்கமாக இருந்தது. இவற்றை அருகிலிருந்து

உமா மோகன்

பார்த்து, கேட்டு வளர்ந்த பார்வதிக்கு மிக இளம் வயதிலேயே விடுதலைப் போராட்டம் குறித்த புரிதலும் ஆழமான பற்றும் வந்துவிட்டது.

மூன்றாம் வகுப்பு வரை மட்டுமே படித்த பார்வதி அப்போதிருந்தே வீடு வீடாகச் சென்று விடுதலைப் பிரச்சாரம் செய்ய ஆரம்பித்துவிட்டார். இதைப் பார்த்த தலைவர்கள் பார்வதியை விடுதலைப் போராட்ட நடவடிக்கைகளுக்கு அனுமதிக்குமாறு வேண்டினர். ஜெய்பூர் அருகே ரமாதேவி நடத்திய பாரி ஆசிரமத்துக்குச் சென்று சேர பார்வதி புறப்பட்ட போது அவரது வயது 12 மட்டுமே! அவர் கிராமத்தைச் சேர்ந்த இளம் விதவையான பிரபாவதி தேவி என்பவரும் பார்வதியோடு இணைந்துகொள்ள, இருவரும் பாரி ஆசிரமத்தில் சென்று சேர்ந்தனர். அங்கு கைவினைத்திறன், நூற்பு போன்றவற்றைக் கற்றவாறே அருகிலுள்ள கிராமங்கள் தோறும் சுதேசி பிரச்சாரம், விடுதலை விழிப்புணர்வு எனப் பயணிப்பதும் வழக்கமாக இருந்தது. கிராம மக்களுக்கு காதியின் சிறப்பைச் சொல்லி, நூல் நூற்கவும் நெசவு செய்யவும் சொல்லிக் கொடுத்தார் பார்வதி கிரி. 1938இல் ஆசிரமம் வந்தவர், 1940இல் மற்றவர்களுக்கும் பயிற்சி அளிக்கும் அளவுக்குத் தேறிவிட்டார்.

வெள்ளையனே வெளியேறு போராட்டத்தின் போது பார்கார்ஹ் நீதிமன்ற வளாகத்தில் தன் குழுவினரோடு நுழைந்த பார்வதிகிரி அங்கிருந்த வழக்கறிஞர்களிடம் வெள்ளையருக்காகப் பணியாற்றாதீர்கள்; நீதிமன்றப் பணிகளைப் புறக்கணியுங்கள் என வேண்டினார். சிலர் அதையேற்று வெளியேறியதும் நடந்தது. இவ்வளவு சின்னப் பெண் சொல்லி நாம் கேட்க வேண்டுமா என்பது போல் கேட்காமல் வேலையைத் தொடர்ந்தவர்களை இகழும் விதமாக அவர்களுக்கு வளையல்களைப் பரிசளித்தார் பார்வதி. இப்போதும் இந்தக் கதை ஒடிசா மொழி நாட்டுப்புறப் பாடல்களில் பாடப்படுகிறது. ஒருமுறை போராட்டத்தில் கைது செய்யப்பட்ட போதும் குறைந்த வயது காரணமாக வெளியில் அனுப்பினார்கள்.

1942இல் ஒருநாள் பார்வதி தன் தோழர்களோடு பார்கார் மாவட்ட துணை வட்டாட்சியர் அலுவலகத்தில் நுழைந்தார். தானே நீதிபதியாக அமர்ந்துகொண்டு வழக்கறிஞர், நீதிமன்ற

ஊழியர் போன்ற பாத்திரங்களைத் தம் தோழர்களுக்குக் கொடுத்து உத்தரவிடும் காட்சி நடந்துகொண்டிருந்தது. துணைவட்டாட்சியர் அந்நேரம் வந்து 16 வயதேயான சிறுமி தன் இருக்கையில் இருப்பதைக் கண்டு அதிர்ச்சியுற்றார். அதற்குள் பார்வதி நீதிபதியாக இவரைக் கட்டி இழுத்து வாருங்கள் என உத்தரவிட்டார். வெகுண்ட அதிகாரி பார்வதியைக் கைது செய்ய உத்தரவிட்டார். இரண்டு ஆண்டு சிறைத் தண்டனை வழங்கியது நீதிமன்றம்.

விடுதலைக்குப் பின் தனது காந்திய வழியிலான சமூக சேவையையே தொடர்ந்த பார்வதி அரசியலில் ஈடுபடவில்லை. 1950இல் அலகாபாத் பிரயாக் மகிளா வித்யாபீடம் மூலம் தன் பள்ளிக் கல்வியை முடித்தார். பைகல் கிராமத்தில் ஆதரவற்றோருக்கான ஆசிரமம் ஒன்றை நிறுவித் தொண்டாற்றி வந்தார். தொழுநோய் ஒழிப்பு, சிறை சீர்திருத்தம், பூதான இயக்கம் எனத் தொடர்ந்து இயங்கினார் பார்வதி கிரி. நுருசிங்கநாத் என்ற இடத்தில் ஆதரவற்ற மகளிருக்காக கஸ்தூர்பா காந்தி மாத்ருநிகேதன் என்ற ஆசிரமத்தையும், பிராசிங் கர் என்ற இடத்தில் கைவிடப்பட்டவர்களுக்கான இல்லம் ஒன்றையும் தொடங்கி நடத்தினார்.

ஒடிசாவின் அன்னை தெரசா எனப் புகழப்பட்ட பார்வதி கிரிக்கு, 1984ஆம் ஆண்டு மத்திய சமூக நல வாரியத்தின் விருது வழங்கப்பட்டது. சம்பல்பூர் பல்கலைக்கழகம் கௌரவ டாக்டர் பட்டம் வழங்கியது. அரசுத் திட்டங்கள், பள்ளி, கல்லூரிகளுக்கு அவர் பெயர் சூட்டப்பட்டது.

1995 ஆகஸ்ட் 17, பார்வதி கிரி காலமானார்.

குந்தள குமாரி சபத்

வாழ்வின் லட்சியம் ஒரு துறையாகக் கொண்டு உழைத்து முன்னேறியவர்கள் தம் பிடியைத் தேசப்பற்றோடு இறுக்கிக் கொண்ட நிகழ்வுகள் ஏராளம்!

1900 பிப்ரவரி 8 ஒடிசாவின் பஸ்தார் மாகாணத்தில் பிறந்தவர் குந்தள குமாரி. தந்தை டேனியல் சபத் ஒரு மருத்துவர். தாய் மோனிகா. குந்தள குமாரி பிறப்பதற்கு முன்பே பஸ்தார் வந்து கிறிஸ்தவராக மாறினார் டேனியல். மகள் பிறந்த பிறகு பர்மா சென்றது குடும்பம். தந்தை டேனியல் அங்கு இன்னொரு திருமணம் செய்துகொண்டுவிடவே சின்னஞ்சிறுமியான குந்தள குமாரியும் அவர் தாயுமாக ஒடிசா திரும்பி குர்தா என்ற இடத்தில் குடியேறினர். மோனிகா பெண்கல்வி பற்றி எதுவும் அறியாவிடினும் தன் மகள் நல்ல கல்வி பெற வேண்டும் என்ற உறுதியோடு இருந்தார். குந்தள குமாரியும் கட்டாக்கில் உள்ள ஒடிசா மருத்துவக் கல்லூரியில் பயின்று

விடுதலைக் களத்தில் வீரமகளிர்

1921இல் எல்எம்பி பட்டம், தங்கப் பதக்கத்தோடு பெற்றார்.

ஒடியா, ஹிந்தி, வங்காளம், ஆங்கிலம், பர்மீய மொழிகளில் நல்ல தேர்ச்சி உடையவராக ஆனார். மருத்துவப் பட்டம் பெற்றபின் டாக்டர் கைலாஷ்சந்திரராவ் வழிகாட்டுதலில் பணிபுரியத் தொடங்கினார். 1928 வரை இவ்வாறு பணியாற்றிவிட்டு, பின்னர் கட்டாக்கில் தனியாக மருத்துவத் தொண்டாற்றி வந்தார் குந்தள குமாரி.

எழுத்தார்வம் மிக்கவராக இருந்த குந்தள குமாரி தேசபக்தி மிக்க பாடல்களையும் இறைவணக்க கவிதைகளையும் எழுதி வந்தார். அண்ணல் காந்தியடிகள், ஜவஹர்லால் நேரு போன்ற தலைவர்களின் தேசப்பற்றுள்ள கருத்துகளை மையமாக வைத்து எழுதப்பட்ட கவிதைகளால், இளைஞர்களும் பெண்களும் சுதந்திரப் போராட்டத்தில் ஈடுபடத் தூண்டிவந்தார்.

சுதந்திரம் நமது பிறப்புரிமை என்பதை வலியுறுத்தும் கவிதைகளில், காந்தியையும் நேருவையும் கைராட்டை நூற்பின் பெருமையையும் அவர் போற்றிய பாடல்கள் பிரபலமாயின. ஒடுக்கப்பட்டவர்களையும் வறியவர்களையும் பற்றிய அக்கறை கொண்டது அவரது எழுத்து. நாட்டின் இழந்த பெருமைகளை நினைவூட்டி எழுச்சி கொண்டு சுதந்திரப் போரில் ஈடுபட அழைப்பு விடுத்தன அவர் கவிதைகள்.

1925இல் கட்டாக்கில் செஞ்சிலுவை சங்கத்தில் மகளிருக்கான சுகாதார மையத்தை தொடங்கினார். 1928இல் டெல்லி சென்ற குந்தள குமாரி அதே ஆண்டில் தமது வழிகாட்டியாக விளங்கிய கிருஷ்ணபிரசாத் பிரம்மச்சாரி என்பவரை மணந்துகொண்டார்.

ஜாதி ஒழிப்பு, குழந்தைத் திருமண எதிர்ப்பு, பெண்கள் முன்னேற்றம், விதவைத் திருமணம் போன்றவற்றுக்காகப் பாடுபட்டார். அதிகமாக ஒடிய மொழியில் எழுதிய போதிலும் ஹிந்தியிலும் படைப்புகளைத் தந்தார். பல பத்திரிகைகளின் ஆசிரியராக இருந்தார். பனாரஸ் ஹிந்து பல்கலைக்கழகம், அலகாபாத் பல்கலைக்கழகம் போன்ற இடங்களில் சிறப்புரையாற்ற அழைக்கப்பட்டிருந்தார். ஒடிய மொழியின் வளர்ச்சிக்காக பாரதி தபோவன் சங்கா என்ற அமைப்பையும் தோற்றுவித்தார்.

1938 ஆகஸ்ட் 23, மிக இளம் வயதிலேயே காலமானார் குந்தள குமாரி சபத்.

உமா மோகன்

பீனா தாஸ்

தங்கள் வாழ்வையே இழந்துவிடப் போகிறோம் எனத் தெரிந்தாலும், தாய்நாட்டுக்காகத் துணிச்சலான முடிவுகளை மேற்கொண்ட பெண்கள் நடந்து வந்த பாதை இது!

1911 ஆகஸ்ட் 24, வங்காளத்தில் கிருஷ்ணா நகரில் பிறந்தவர் பீனா தாஸ். தந்தை வேணி மாதப் தாஸ் பிரம்மசமாஜ ஆசிரியர். தாய் சரளா தேவி சமூக சேவகர். விடுதலைப் போராட்ட வீரர்களுக்குத் தங்குமிடம் தந்து உதவியவர். பீனாவின் சகோதரி கல்யாணி தாஸும் விடுதலைப் போராட்ட வீராங்கனையே!

கொல்கத்தா பெத்தூன் கல்லூரியில் பட்டப் படிப்பை முடித்தார் பீனா. அப்போதே கொல்கத்தாவில் இயங்கி வந்த சாத்ரி சங்கா என்ற புரட்சிகர இளம்பெண்கள் அமைப்பின்

விடுதலைக் களத்தில் வீரமகளிர்

உறுப்பினராக இருந்தார். தேசம் அந்நிய ஆட்சியாளர்களின் கொடுங்கோன்மையில் அவதிப்பட்டிருப்பது கண்டு வேதனை அடைந்தார் பீனா. ஆயுதமேந்திய புரட்சிக்குத் திட்டமிடுவதில் உள்ள அவலத்தை எழுதிய பீனாதாஸ், முப்பது கோடி மக்களை எங்கிருந்தோ வந்தவர்கள் ஆள்வதும், அதற்கு நம்மவரே கருவியாவதுமான அவலத்தையும் மாபெரும் படைபலமுள்ள பிரிட்டிஷ் சாம்ராஜ்யத்தை அசைக்க முற்படுவோருக்குப் பொது சமூகம் உதவாதிருக்கும் சூழலையும் பகிர்ந்தார்.

ஆயினும் சும்மா இருப்பது எப்படி? ரகசியமாக உதவ தயக்கத்துடன் முன்வந்தவர்களுக்கும் ஒதுங்கியவர்களுக்கும் தெரியும் தங்கள் செயல்களின் விளைவு என்ன என்பது! ஆனாலும் அவர்கள் அப்படித்தான் இருந்தார்கள். கமலாதாஸ் குப்தாவிடம் சென்று கைத்துப்பாக்கி ஒன்றை ஏற்பாடு செய்யச் சொன்னார் பீனா. பல்கலைக்கழகப் பட்டமளிப்பு விழா நெருங்கிக் கொண்டிருந்தது. வங்கத்தின் ஆளுநர் அங்கே வருவார். தன் புரட்சி முயற்சி பெரிதும் கவனிக்கப்படும்; பிரிட்டிஷ் சாம்ராஜ்யத்துக்கு எதிரான சவாலை விடுக்க சரியான இடம் என்பது அவர் திட்டம். இதனால் தன் உயிரே போகும் என்பதும் உணர்ந்திருந்தார்.

துப்பாக்கிச் சுடுவதில் போதுமான பயிற்சி இல்லை. ஒரே ஒருமுறை குறிதவறி சுட்டுப் பழகினார். ஆனால், இதைப் பழகிக்கொள்ள போதுமான கால அவகாசம் இல்லை. அந்தத் தோழியும் மற்ற புரட்சியாளர்களும் இப்படிப் போதுமான பயிற்சிக்கு அவகாசம் இல்லாமல்தான் முயற்சிக்கிறார்கள் என்று தைரியமூட்டினார். தன் பெற்றோரை நினைத்து சிறிது கலக்கம் இருந்த போதும் அது முக்கியமில்லை என்று செயலில் இறங்கினார்.

எப்படியோ வழி கேட்டு மேடையை நெருங்கிய பீனா சிறப்பு விருந்தினராக வந்திருந்த வங்காள ஆளுநர் ஸ்டேன்லி ஜாக்ஸனை நோக்கிச் சுட்டார். தெறித்து பறந்தன 5 குண்டுகள். பேசிக்கொண்டிருந்த ஆளுநரின் உடல் மேல் இரு குண்டுகள் பாய்ந்ததுமே அவர் வளைந்து தப்பிவிட்டார். அதற்குள் அவரைக் காப்பாற்ற முன்வந்த துணைவேந்தர் பீனாவைப் பிடித்துத் தள்ளினார். அப்போதும் திமிறிய பீனா மேலும் 3 முறை சுட்டார்.

காதோரம் உரசி சென்ற காயம் தவிர வேறெந்த பிரச்னையும் இல்லாது ஸ்டேன்லி ஜாக்சன் தப்பிவிட்டார்.

தலைப்புச் செய்தியாக மாறிய பீனா தாஸுக்கு ஒன்பது வருட கடுங்காவல் தண்டனை விதிக்கப்பட்டது. 'தனிநபர் ஸ்டான்லியை அல்ல, பிரிட்டிஷ் சாம்ராஜ்ய பிரதிநிதி வங்கத்தின் ஆளுநர் ஸ்டான்லியைக் கொல்லவே முயற்சித்தேன்' என்று தெளிவாக எழுதினார் பீனா.

தண்டனைக்குப் பின் வெளியே வந்து மீண்டும் வெள்ளையனே வெளியேறு போராட்டத்தில் கலந்துகொண்டதற்காக 1945 வரை சிறைப்பட்டார். சுதந்திரத்திற்குப் பின் மாகாண தேர்தலில் வென்ற போதும் கொள்கை வேறுபாடுகளால் காங்கிரசை விட்டு விலகினார் பீனா தாஸ்.

1947-ம் ஆண்டில் யுகாந்தர் பிரிவைச் சேர்ந்த சக விடுதலைப் போராளியான ஜதீஷ் சந்திரா பாமிக்கை மணந்தார். 1960-ம் ஆண்டில் அவருக்கு பத்மஸ்ரீ விருது அளிக்கப்பட்டது.

கணவர் மறைவுக்குப் பின் ரிஷிகேஷ் சென்ற பீனா தாஸின் இறுதிக்காலம் மிக சோகமானது. 1986 டிசம்பர் 26 அன்று அவரது உடல் பாதி அழுகிய நிலையில் சாலையோரம் கண்டெடுக்கப்பட்டு ஒரு மாத விசாரணைக்குப் பின் பீனா தாஸ் என உறுதி செய்யப்பட்டது. இன்னொரு செய்தி... ஒரு பேருந்து நிலையத்தில் உணர்வற்றுக் கிடந்தவரை காவல்துறை மருத்துவமனையில் சேர்த்ததாகவும், மறுநாள் அங்கேயே அவர் மரணமடைந்ததாகவும் தெரிவிக்கிறது.

பீனா தாஸ் வங்க மொழியில் சுயசரிதையை இரண்டு புத்தகங்களாக எழுதியிருக்கிறார். அவரது சகோதரி கல்யாணி தாஸ் தான் எழுதிய புத்தகத்தினை பீனா தாஸுக்கு அர்ப்பணித்திருக்கிறார்.

புரட்சிகர நடவடிக்கைகளுக்காக அன்று வழங்கப்படாமல் நிறுத்தி வைக்கப்பட்ட பட்டமளிப்பு சான்றிதழை பீனா தாஸுக்கும் பிரிதிலதா வடேதருக்கும் மறைவுக்குப் பின்னதாக 2012ஆம் ஆண்டு கொல்கத்தா பல்கலைக்கழகம் வழங்கியது.

விடுதலைக் களத்தில் வீரமகளிர்

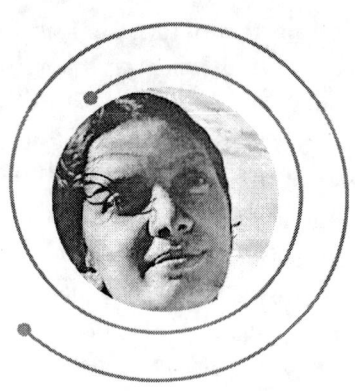

கல்பனா தத்தா

அமைதிவழிப் போராட்டத்திற்கு காந்தி விடுத்த அழைப்பையேற்று பல்லாயிரம் பெண்கள் திரண்ட அதே நேரம், ஆயுதப் புரட்சியில் ஈடுபாடுகாட்டி இயங்கிய பெண்கள் பலர்.

1913 ஜூலை *27*, தற்போதைய வங்கதேசத்தில் உள்ள சிட்டகாங்க் மாவட்டத்தின் ஸ்ரீபுர் கிராமத்தில் பிறந்தவர் கல்பனா தத்தா. இளம் வயதிலேயே அடிமைப்பட்டிருக்கும் தேசம் குறித்த உறுத்தலுள்ள பெண்ணாகவே இருந்த கல்பனா *1929*இல் சிட்டகாங்கில் மெட்ரிகுலேஷன் தேர்ச்சி பெற்று கொல்கத்தா பெத்தூன் கல்லூரியில் சேர்ந்தார். இளம் வயதிலேயே குதிராம் போஸ், கனைலால் தத்தா போன்ற புரட்சியாளர்களால் ஈர்க்கப்பட்ட கல்பனா சாத்ரி சங்கா என்ற புரட்சிகர மாணவர் அமைப்பில் சேர்ந்தார்.

விரைவிலேயே மாஸ்டர்தா என்றழைக்கப்பட்ட சூர்யா சென்னின் தலைமறைவு இயக்க நடவடிக்கைகளில் இணைந்தார் கல்பனா. 1930 ஏப்ரல் 18இல் சிட்டகாங் ஆயுதப்படை தாக்குதல் சம்பவம் நிகழ்த்தப்பட்டது. ஆயுதங்களைக் கடத்துவதிலும் அறிவியல் பூர்வமாக வெடிபொருள் தயாரிப்பிலும் திறமை கொண்டிருந்த கல்பனாவை காவல்துறை சந்தேகப்பட்டாலும் ஆதாரங்கள் இல்லாத காரணத்தால் கைது செய்ய இயலவில்லை. காவல் கண்காணிப்பை மீறி சூர்யா சென்னைச் சென்று சந்திப்பது, ஆயுதங்களை எடுத்துச் செல்வது என்றிருந்த கல்பனா, சிறப்புத் தீர்ப்பாயத்தில் தண்டனை பெற்ற புரட்சிகரத் தலைவர்களை விடுவிப்பதில் ஈடுபட்டார். மாறுவேடங்களில் இதற்காக நீதிமன்ற வளாகத்தில் நுழைந்தார் கல்பனா. வெடிமருந்தைத் *(Gun Cotton)* தயாரித்து நீதிமன்றத்தையும் அவர்கள் சிறை வைக்கப்படிருந்த சிறைச்சாலையையும் தகர்க்க முயற்சித்தார். ஆனால், அது ஈடேறவில்லை. இவரைக் கைது செய்யவும் முடியவில்லை.

ப்ரீத்திலதா வடேதர் உடன் சிட்டகாங் ஐரோப்பிய கிளப்பைத் தாக்கும் முயற்சியில் இவரும் இறங்கியிருக்க வேண்டிய சூழலில், ஒரு வாரத்துக்கு முன் அந்தப் பகுதியை நோட்டம் பார்த்தபோது பிடிபட்டார். இரண்டு மாத சிறைவாசம் கிடைத்தது. கிளப் தாக்குதலில் ப்ரீத்திலதா உயிர்த்தியாகம் செய்த சூழலில் தகவல்களைப் பெற காவல்துறை எவ்வளவோ சித்திரவதை செய்தும் அவர்களுக்கு எதுவும் கிட்டவில்லை. ஜாமீனில் வெளிவந்த கல்பனா தலைமறைவானார். அடுத்த கட்ட நடவடிக்கைகள் குறித்த திட்டமிடலில் இருந்த இவர்களை 1933 பிப்ரவரி 17 அன்று காவல்படை சுற்றி வளைத்தது.

சூர்யா சென் பிடிபட்ட போதும், கல்பனா தத்தா தப்பிவிட்டார். சில மாதங்களுக்குப் பின் அவரும் கைதானார். சிட்டகாங்க் ஆயுதக் கொள்ளை வழக்கு விசாரணையில் சூர்யா சென் உள்ளிட்டோர்ருக்கு மரண தண்டனை விதிக்கப்பட்டது. கல்பனாவுக்கு ஆயுதங்களைக் கடத்திய குற்றத்திற்காக ஆயுள் தண்டனை விதிக்கப்பட்டது.

கல்பனாவை விடுதலை செய்யக் கோரி நாடு முழுவதும் போராட்டங்கள் வெடித்தன. அலிகார் சிறையில் இருந்த கல்பனாவை மகாத்மா காந்தி நேரில் சந்தித்தார். ஆயுதவழிப்

போராட்டத்தைக் கண்டித்தபோதும் விடுதலைக்கு உதவுவதாக காந்திஜி கூறியதைக் கல்பனா எழுதியுள்ளார். மகாத்மா காந்தி, தாகூர் போன்றோர் தலையீடு காரணமாக 1939இல் விடுவிக்கப்பட்டார். சிறையில் இருந்தபோது பொதுவுடைமை தத்துவத்தில் ஈர்க்கப்பட்ட கல்பனா பின்னர் கம்யூனிஸ்ட் கட்சியில் இணைந்தார்.

கொல்கத்தா பல்கலைக்கழகத்தில் படிப்பைத் தொடர்ந்து 1940இல் பட்டம் பெற்றார். கம்யூனிஸ்ட் கட்சியின் பொதுச் செயலாளராக இருந்த பூரண்சந்த் ஜோஷியை மணந்தார். இவர்களுக்கு இரு மகன்கள். 1943 வங்காளப் பஞ்சத்தின் போது நிவாரணப் பணிகளில் ஈடுபட்டு, உணவு, மருந்து பொருட்கள் வழங்கும் பொறுப்புகளைச் செய்தார். 1946 வங்காள சட்டப்பேரவைத் தேர்தலில் போட்டியிட்ட கல்பனாவால் வெற்றி பெற இயலாது போயிற்று.

விடுதலைக்குப் பின் இந்தியப் புள்ளியல் கழகத்தில் பணியில் சேர்ந்து ஓய்வு பெற்றார். 1995 பிப்ரவரி 8 கொல்கத்தாவில் காலமானார். சிட்டகாங் நினைவுகளை வங்க மொழியில் சுயசரிதையாக எழுதினார். கல்பனாவின் கதையை அடிப்படையாகக் கொண்டு இரண்டு திரைப்படங்களும் எடுக்கப்பட்டன.

உமா மோகன்

சந்திரபிரபா சைக்கானி

சக பெண்கள் காலாகாலமாகக் காரணமறியாது பின்பற்றி வந்தவற்றைக் கேள்விக்குள்ளாக்கி, பெண் விடுதலையை உரத்துப் பேசிய பெண்களும் விடுதலை வரலாற்றில் இருந்தனர்.

1901ஆம் ஆண்டு மார்ச் 16ஆம் தேதி அஸ்ஸாமின் காமரூப மாவட்டத்தைச் சேர்ந்த தோய்சிங்கரி என்ற கிராமத்தில் பிறந்தார் சந்திரப்பிரியா . கிராமத்தலைவரான ரதிராம் மஜூம்தாருக்கும் கங்காபிரியாவிற்கும் பிறந்த 11 குழந்தைகளில் இவர் ஏழாவது ஆவார்.

தனது பெயரை சந்திரபிரபா சைக்கானி என இவர் தாமே மாற்றிக் கொண்டார். அருகில் பெண் குழந்தைகளுக்கான பள்ளி ஏதுமில்லை. இருப்பினும் கல்வி மேல் கொண்ட ஆர்வத்தால் பல கிலோமீட்டர்கள் இடுப்பளவு சேற்றைத் தாண்டி ஒரு ஆண்கள்

பள்ளிக்கு தங்கை ரஜனிபிரபா சைக்கானியையும் அழைத்துக் கொண்டு சென்றார். இதைப் பார்த்த நீலகண்ட பருவா என்ற பள்ளி ஆய்வாளர் நெகிழ்ந்து நாகோன்மிஷன் பள்ளியில் சேர இருவருக்கும் உதவித் தொகை அளித்தார். தங்கை ரஜனிபிரபா படித்து பின்னாளில் அஸ்ஸாமின் முதல் பெண் மருத்துவரானார்.

நாகோன்மிஷன் பள்ளியிலும் தன் கண்முன் சாதி, மத வேறுபாடுகள் நிகழ்ந்தால் அவற்றை எதிர்த்து அச்சிறு வயதிலேயே போராடி வெற்றி பெற்று வந்தார் சந்திரபிரபா. பள்ளி செல்லும் வாய்ப்பில்லாத தன் சக வயது சிறுமிகளுக்கு, பள்ளி அருகிலேயே ஒரு ஓலைக் கொட்டகையைப் போட்டு உட்கார வைத்து, தான் பயின்றவற்றைக் கற்பிக்கத் தொடங்கினார். குடும்பத்தினர் வயதில் மூத்த ஒருவரைத் திருமணம் செய்து கொள்ள ஏற்பாடு செய்தபோது மறுத்துவிட்டார்.

நாகோனில் ஒரு தொடக்கப் பள்ளி ஆசிரியராகப் பணியைத் தொடங்கினார். பின்னர் ஜோத்பூரில் ஒரு பெண்கள் பள்ளியின் தலைமையாசிரியர் ஆனார்.

அஸ்ஸாமிய எழுத்தாளரான தண்டிநாத் கலிடா என்பவரைத் திருமணம் செய்ய முடிவு செய்தார். ஆனால் அவரோ வேறு பெண்ணை மணந்து கொண்டார். திருமணம் ஆகாமல் பிறந்த குழந்தையோடு தனித்து வாழ்வது அன்றைய சமூகத்தின் கட்டுப்பெட்டி சூழலில் பெரும் சவால். ஆயினும் தேஜ்பூரில் சந்திரநாத் ஷர்மா, ஓமியோ குமார் தாஸ் உள்ளிட்ட அன்றைய தலைவர்களோடு உரையாடும் வாய்ப்பு சந்திரபிரபாவின் உறுதிக்கு உதவியது.

1918ல் அஸ்ஸாம் மாணவர் சங்க தேஜ்பூர் மாநாட்டில் இவர் மட்டுமே ஒரு பெண் பிரதிநிதி. அந்த உரையிலேயே ஓபியம் என்ற போதைப் பொருள் பயன்பாட்டைக் கண்டித்து அதைத் தடை செய்யவும் வேண்டினார். 1921ல் தேச விடுதலைப் போராட்ட சிந்தனைகள் பரவலானபோது காந்தியடிகளின் ஒத்துழையாமை இயக்கத்தில் சேர்ந்த சந்திரபிரபா இந்த செய்தியை தேஜ்பூர் பெண்களிடையே பரப்புவதில் அரும்பாடுபட்டார்.

1925ல் அஸ்ஸாம் சாஹித்ய சபா மாநாடு நாகோனில் நடந்தபோது சிறப்பு அழைப்பாளராக உரையாற்றினார் சந்திரபிரபா. அப்போதைய வழக்கப்படி திரைகளின் பின் பெண்கள் தனியாக

உமா மோகன்

உட்கார்ந்து உரைகளைக் கேட்டுக் கொண்டிருந்தனர். இதை எதிர்த்து சந்திரபிரபா முழங்கியதும் பெண்கள் பொதுவெளிக்கு வந்து ஆரவாரத்துடன் கலந்து கொண்டனர்.

ஊர் திரும்பியதும் ஒரு பள்ளியில் ஆசிரியராகப் பணியேற்றார். ஆனால் கௌஹாத்தி காங்கிரஸ் மாநாட்டுக்குச் செல்ல அனுமதி மறுக்கப்பட்டதும் அந்த வேலையையே ராஜினாமா செய்தார். 1926ல் சமூக சீர்திருத்த நடவடிக்கைகளை முன்னெடுக்க அஸ்ஸாம் மாநில மகளிர் அமைப்பைத் தோற்றுவித்தார். பெண் கல்வி, சுயவேலைவாய்ப்பு, ஆலயங்களில் பெண்களுக்கு வழிபாட்டு உரிமை மறுக்கப்படுதல் போன்ற பல சீர்திருத்தங்களை முன்வைத்துப் போராட்டங்களை நடத்தினார். குறிப்பாக கௌஹாத்தி அருகேயுள்ள ஹயகிரிவமாதவா ஆலயத்தில் பெண்கள் நுழைய அனுமதி கிட்டியது சந்திரபிரபாவின் போராட்டத்திற்கு கிடைத்த வெற்றி.

ஒத்துழையாமை இயக்கப் போராட்டத்தினால் 1930லும், வெள்ளையனே வெளியேறு போராட்டத்தால் 1943லும் சிறைவாசம் அனுபவித்தார்.

தனது 17 வயது முதல் சிறுகதை, புதினம், கவிதை என எழுதி வந்தார். ஏழு வருடங்கள் பத்திரிகை ஆசிரியராகப் பணியாற்றினார். அஸ்ஸாம் விவசாயிகள் அமைப்பின் தலைவராகவும் பணியாற்றினார்.

விடுதலைக்குப் பின் 1957 சட்டப்பேரவைத் தேர்தலில் போட்டியிட்ட சந்திரபிரபா தோல்வியடைந்தார். பின்னாளில் அவரது மகன் அதுல் சைக்கியா சட்டப்பேரவை உறுப்பினர் ஆனார். 1972ஆம் ஆண்டு பத்மஸ்ரீ விருது கிடைக்கப் பெற்றார். 2002ல் நினைவு அஞ்சல் தலையும் வெளியிடப்பட்டது.

தேஜ்பூர் பல்கலைக்கழகம் வடகிழக்கில் பெண் கல்வியை ஊக்குவிக்கும் மையத்திற்கு அவர் பெயரை சூட்டியது.

1972 மார்ச் 16ல் புற்றுநோயால் மறைந்தார் சந்திரபிரபா சைக்கானி.

விடுதலைக் களத்தில் வீரமகளிர்

சுஹாசினி கங்குலி

மிகச் சாதாரண குடும்பப் பின்னணி கொண்டிருந்த பல பெண்களும் தங்கள் முன்னேற்றம், விடுதலை இவற்றை விட தாய்நாட்டின் விடுதலைக்காக எந்த எல்லைக்கும் சென்று போராடிய காலகட்டம் அது!

தற்போதைய வங்க தேசத்திலிருந்த குல்னா என்ற நகரத்தில் 1909ஆம் ஆண்டு பிப்ரவரி மாதம் 3ஆம் தேதி பிறந்தவர் சுஹாசினி. தந்தை அபிநாசந்திர கங்குலி தாய் சரளா சுந்தர தேவி. டாக்கா, பிக்ராம்பூரைச் சேர்ந்த குடும்பம். 1924ஆம் ஆண்டு டாக்கவில் மெட்ரிக்குலேஷன் தேர்ச்சி பெற்று இண்டர்மீடியட் படித்துக் கொண்டிருக்கையில் கல்கத்தாவில் இருந்த காதுகேளாத வாய் பேச இயலாத மாற்றுத் திறனாளிகளுக்கான பள்ளி ஒன்றில் ஆசிரியையாக சேர்ந்தார்.

உமா மோகன்

கல்கத்தாவில் பணியாற்றிக் கொண்டிருக்கையில் கல்யாணிதாஸ், கமலாதாஸ் குப்தா போன்றோருடன் தொடர்பு ஏற்பட்டது. யுகாந்தர் இயக்கத்துக்கு சுஹாசினியை அவரகள் அறிமுகப்படுத்த சாத்ரி சங்காவில் உறுப்பினர் ஆனார் சுஹாசினி. கல்யாணி, கமலாதாஸ் போன்றோரின் நிர்வாகத்தில் ராஜா சிரிஷ் சந்திரா நந்தி தோட்டத்தில் நீச்சல் பயிற்சி அளித்துவந்தார். 1929ல் புரட்சியாளர் ரஷிக் தாஸின் அறிமுகம் ஏற்பட்டது. சுஹாசினி நடவடிக்கைகளை காவல்துறை மோப்பம் பிடிக்கத் தொடங்கியவுடன் அப்போதைய பிரஞ்சு காலனி பகுதியான சந்திரநாகூரில் அடைக்கலமடைந்தார்.

1930 ஏப்ரல் 18 சிட்டகாங் ஆயுதக் கிடங்கு தாக்குதலுக்குப் பின் சாத்ரி சங்கா தலைவர்களின் அறிவுறுத்தல்படி சஷாதார் ஆச்சார்யாவும் சுஹாசினியும் கணவன் மனைவி போல் நடித்து 1930 மே மாதம் அனந்தாசிங் லோகநாத் பால், ஆனந்த குப்தா, ஜிபான் கோஷல் இன்னும் பலரையும் அடைக்கலம் தந்து காத்தனர்.

1930 செப்டம்பர் முதல் தேதி வரை இது சாத்தியப்பட்டது. சந்திரநாகூரில் இவர்கள் தங்கியிருந்த வீட்டில் பிரிட்டிஷ் காவல்படை நுழைந்து திடீரெனத் தாக்கியது. ஜிபான் கோஷல், துப்பாக்கிச் சண்டையில் மரணமடைந்தார். சுஹாசினி உட்பட மற்றவர்கள் கைது செய்யப்பட்டனர். ஆனால் கூடிய விரைவில் விடுதலையும் கிடைத்தது. 1932ல் பீனா தாஸ் வங்காள கவர்னரைக் கொல்ல முயற்சித்த சமயத்தில் பீனாவோடு சுஹாசினிக்கு தொடர்பு இருந்த காரணத்தால் கைதானார்.

1932 முதல் 1938 வரை கரக்பூர் அருகிலிருந்த ஹிஜிலி தடுப்புக் காவல் மையத்தில் சிறைவைக்கப்பட்டிருந்தார். அந்த இடம் தற்போது கரக்பூர் ஐஐடி வளாகமாக உள்ளது. விடுதலை பெற்ற பிறகு இந்திய கம்யூனிஸ்ட் இயக்கத்தில் பெண்கள் பிரிவில் இணைந்தார்.

இதனால் வெள்ளையனே வெளியேறு இயக்கத்தில் தான் நேரடியாகப் பங்கேற்காவிடினும், காங்கிரஸ் இயக்கத்தைச் சேர்ந்த தன் சகாக்களுக்கு உதவி வந்தார். ஹேம்ந்தா தாராதாஸ் என்ற விடுதலைப் போராட்ட வீரருக்கு அடைக்கலம் தந்து உதவியதாக 1942 முதல் 1945 வரை சிறைவைக்கப்பட்டார்.

நாடு விடுதலை பெற்ற பிறகும் கம்யூனிஸ்ட் இயக்கத்தில்

இருந்தமைக்காக அவர் சிறைப்பட்டிருந்தார். சமூக நலனுக்காக தொடர்ந்து குரல் கொடுத்த சுஹாசினி கங்குலி 1965ல் ஏற்பட்ட ஒரு விபத்தின் தொடர்ச்சியாக மார்ச் 23ஆம் தேதி காலமானார்.

ஹெர் ஸ்டோரிஸ் பற்றி...

காலம் காலமாக பெண் குரல்களை சமூகம் நசுக்கியே வந்திருக்கிறது. உயிர்க்காற்று தவிர வேறெதற்கும் பெண் வாய் திறந்திடா வண்ணம் அவளது குரல்வளையை காலமும் சூழலும் சமூகமும் நெறித்துக் கொண்டேதான் இன்னமும் இருக்கின்றன. தனி வெளியோ, பொது வெளியோ, எங்காகினும் பெண்ணின் பார்வை உள்நோக்கியதாகவே, சுயத்தை, தன் குடும்பத்தை, தன் உறவுகளை நோக்கியே சிந்திக்கவும் ஆசிக்கவும் கட்டமைத்திருக்கிறது,

ஆயிரமாயிரம் ஆண்டுகால அடிமைத்தளை. தளை உடைக்க, சுவாசிக்க பெண்ணுக்குத் தேவை ஒரு துளி விடுதலை உணர்வு, கொஞ்சமே கொஞ்சம் தனக்கான வெளி. அந்த வெளியில் அவளுடன் இணைந்து பறக்கத் தயாராக இருக்கும் கூட்டுப் புழுக்கள் ஒன்று கூடினால்?

தங்கள் கதைகளை அவை தங்களுக்குள் பேசி, ஒருவரை ஒருவர் தாங்கினால், ஏந்திப் பிடித்தால், கை கொடுத்து சிறகு தடவினால்... பறக்கலாம். வானை வசப்படுத்தலாம். கதைகள் பேச இதுவே வெளி, தளையை உடைக்க இதுவே களம். வெற்றி கொள்ள இதுவே உரம். Her Stories - நம் வெளி, நம் கதைகள், நம் வெற்றி. இணைந்து பறப்போம். பட்டுப் பூச்சிகளாவோம்.

உமா மோகன்

HER Stories

வெளியீடுகள்

துப்பட்டா போடுங்க தோழி - **கீதா இளங்கோவன்**

கேளடா மானிடவா - **சே.பிருந்தா**

தேவதைகள் சூனியக்காரிகள் பெண்கள் - **மருதன்**

விலங்குகளும் பாலினமும் - **நாராயணி சுப்ரமணியன்**

அடுக்களை டூ ஐநா - **ரமாதேவி ரத்தினசாமி**

தமிழ்ப் பொண்ணும் துபாய் மண்ணும் - **சாந்தி சண்முகம்**

மரிக்கொழுந்து கற்பகம் அழகம்மாள் மற்றும் சில மதுரைப் பெண்கள் - **தீபா நாகராணி**

நான் எனும் பேரதிசயம் - **ஜான்சி ஷஹி**

சந்திரகிரி ஆற்றங்கரையில் - **சாரா அபூபக்கர்**

கதவு திறந்ததும் கடல் - **பிருந்தா சேது**

பெருங்காமப் பெண்களுக்கு இங்கே இடமிருக்கிறதா? - **கனலி**

பாதைகள் உனது பயணங்கள் உனது - **ஹேமா**

பாதை அமைத்தவர்கள்: முதல் பெண்கள் II - **நிவேதிதா லூயிஸ்**

பூப்பறிக்க வருகிறோம்! - **பாரதி திலகர்**

தொடர்புக்கு:

ஹெர் ஸ்டோரீஸ்

15, மகாலக்ஷ்மி அபார்ட்மெண்ட்ஸ், 1, ராக்கியப்பா தெரு, சென்னை-600004

+91 75500 98666 strong@herstories.xyz

www.herstories.xyz